சேமிப்பின் மாயாஜாலம்

பா.சுரேஷ்

INDIA • SINGAPORE • MALAYSIA

This book has been published with all efforts taken to make the material error-free after the consent of the author. However, the author and the publisher do not assume and hereby disclaim any liability to any party for any loss, damage, or disruption caused by errors or omissions, whether such errors or omissions result from negligence, accident, or any other cause.

While every effort has been made to avoid any mistake or omission, this publication is being sold on the condition and understanding that neither the author nor the publishers or printers would be liable in any manner to any person by reason of any mistake or omission in this publication or for any action taken or omitted to be taken or advice rendered or accepted on the basis of this work. For any defect in printing or binding the publishers will be liable only to replace the defective copy by another copy of this work then available.

<u>சமர்ப்பணம்</u>

அன்போடு, அறிவையும்

சேர்த்து வளர்த்த

என் அன்புள்ள

அம்மாவிற்கு.

உள்ளடக்கம்

முன்னுரை 7
அணிந்துரை 9

1. சேமிப்பின் அவசியம் 11

2. சேமிப்பு முறைகள் 15

3. போஸ்ட் ஆபீஸ் மற்றும் பேங்க் டெபாசிட் 19

4. ஷேர் முதலீடு – பங்கு சந்தை முதலீடு.................23

5. மியூச்சுவல் பண்ட் (பரஸ்பர நிதி)....................33

6. பென்சன்/NPS (நேஷனல் பென்சன் ஸ்கீம்)............41

7. EPF – Provident Fund – இ.பி.எப் 49

8. கூட்டு வட்டி அதிசயம் –
   Effect of Compound Interest 57

9. தங்கம்/நில முதலீடு 63

10. காப்பீடு – இன்சூரன்ஸ் 65

11. கிரெடிட்கார்டில் சேமிப்பு...............................73

12. செய்யக்கூடாத தவறான முதலீடுகள்....................79

13. வாரன் பப்பெட் – தலைசிறந்த முதலீட்டாளர் 83

14. ஆசை மட்டும் போதாது. முயற்சிகளும் தேவை. 87

முன்னுரை

நான் ஒரு நடுத்தரக் குடும்பத்தில் கிராமத்தில் பிறந்து இப்போது ஒரு நல்ல நிறுவனத்தில் ஒரு உயர்பதவியில் வசதியுடன் இருப்பதற்கான காரணம் என்னவென்றால் எனது குடும்பத்தினர் மற்றும் நான் பணிபுரியும் நிறுவனத்தின் மூலம் நான் அறிந்த சிக்கனம் மற்றும் சேமிப்பு பற்றிய அறிவுரைகளை பின்பற்றியதே ஆகும்.

ஒருவர் இந்த உலகில் வாழ்ந்ததற்கு சாட்சியாக இந்த மூன்றில் ஒன்றையாவது செய்யவேண்டும் என்று கூறுவர். 1. சொந்தமாக ஒரு வீடு கட்டுவது 2. ஒரு குழந்தையாவது பெற்றுக்கொள்வது 3. ஒரு புத்தகமாவது எழுதுவது.

மேற்கூறிய மூன்றில் முதல் இரண்டை முடித்து விட்டுள்ளதால் மூன்றாவதாக நான் அறிந்த சேமிப்பு பற்றிய ஒரு புத்தகத்தையும் எழுதினால் முழுதும் முற்றுப்பெறும் என்பதால் இப்புத்தகத்தினை எழுதினேன்.

சிறு வயதிலிருந்து எனது அப்பா மூலம் புத்தகம் படிப்பதில் ஆர்வமாகி அடிக்கடி நூலகம் செல்வதிலிருந்து இப்போது வரை ஏராளமான புத்தகங்கள் வாங்கி படிக்கும் பழக்கம் தொடர்ந்து வருகின்றது. முதன் முதலாக நானாகவே புத்தகம் எழுதும் இந்த முயற்சி எனது ஆவலை தூண்டியது.

என்னை உற்சாகப்படுத்திய எனது மாமனாருக்கும், என் மனைவி மற்றும் இரு குழந்தைகளுக்கும் என் நன்றியை தெரிவித்துக் கொள்கிறேன்.

இப்புத்தகத்தினை சீர்படுத்திய என் இரு சகோதரர்கள் மற்றும் சிக்கனம், சேமிப்பு பற்றி எனக்கு உதாரணமாக

இருக்கும் எனது பெற்றோர்களுக்கும் என் நன்றியை தெரிவித்துக் கொள்கிறேன்.

கடைசியாக எனது புத்தகம் எழுதும் ஆவலை தூண்டி மற்றும் இப்புத்தகத்திற்கு அணிந்துரை எழுதிய எனது கல்லூரி நண்பன் நாகசுப்பிரமணியன் என்ற என்.சொக்கன்-நூலாசிரியருக்கும் நன்றியை தெரிவித்துக் கொள்கிறேன்.

நன்றி வணக்கம்.

இப்படிக்கு,
பா.சுரேஷ், நூலாசிரியர்.
bsuresh0109@ gmail. com

அணிந்துரை

நாம் ஒவ்வொருவரும், அதாவது, எல்லா வயதினரும், எல்லாப் பின்னணிகள், சமூக நிலைகளிலிருந்து வருகிறவர்களும் கண்டிப்பாகத் தெரிந்துகொள்ளவேண்டிய சில திறன்கள் இருக்கின்றன. அவற்றுள் முதன்மையான, ஆனால், பெரும்பாலான மக்களால் கண்டுகொள்ளப்படாமல் இருக்கிற ஒன்று, நிதி மேலாண்மை. இதைச் சரியாகச் செய்தவர்கள் வளமாக வாழ்வார்கள். மற்றவர்கள் எப்போதும் ஒரு கேவிக்குறியோடு வாழவேண்டியதுதான்.

இந்த முதன்மையான திறனை நம் பள்ளிகள், கல்லூரிகள் (இன்னும்) கற்றுத்தருவதில்லை என்பது வியப்புதான். இப்போதைக்கு நல்ல நண்பர்களோ புத்தகங்களோதான் அந்த இடைவெளியை நிரப்பி நமக்கு உதவவேண்டும்.

அவ்வகையில், நண்பர் சுரேஷ் எழுதியுள்ள இந்தப் புத்தகம் ஒரு சிறந்த பணியை ஆற்றுகிறது. மிக எளிய, குழப்பாத மொழியில், சிறந்த எடுத்துக்காட்டுகளுடன் நிதி மேலாண்மையைக் கற்றுத்தருகிறது. முதல் புத்தகம் என்ற அடையாளமே எங்கும் தெரியாதபடி மிகச் சிறப்பாக எழுதியிருக்கிறார். அவருக்கு என் பாராட்டுகள், வாழ்த்துகள், இந்நூலை வாங்கிப் பயன்பெறும் உங்களுக்கும்தான்.

என்றும் அன்புடன்,
என். சொக்கன்,
பெங்களூரு.

01

சேமிப்பின் அவசியம்

அருள் இல்லாருக்கு அவ்வுலகம் இல்லை
பொருள் இல்லாருக்கு இவ்வுலகம் இல்லை

அதாவது நல்ல செயல்கள் செய்து புண்ணியம் சேர்க்காதவர்களுக்கு இறப்பின் பின்பு சொர்க்கம் கிடைக்காது. அதுபோல் பணம் இல்லாதவர்களுக்கு நிகழ்கால உலக வாழ்க்கையில் நிம்மதி கிடைக்காது.மேலும் கூறினால் **"Money is not everything. But everything needs Money"** என்பதே உண்மை.

எனவே பணம் சேமிப்பது நாம் நல்ல செயல்கள் புரிய மற்றும் நமக்குரிய வாழ்வும் சிறப்பாக இருக்க உதவும். அத்தகைய பண சேமிப்பு பற்றி மேலும் விளக்கமாக பார்க்கலாம்.

சேமிப்பைப் பற்றி நிறைய பேரிடம் ஒரு தவறான புரிதல் உள்ளது. அதாவது அதிக சம்பளம் வாங்குவோர் மட்டும் சேமிக்க முடியும். குறைவான சம்பளம் பெறுவோர் சேமிக்க முடியாது. இது முற்றிலும் தவறான புரிதலாகும்.

அதிக சம்பளம் வாங்கி, அதிக செலவு செய்து கடனாளிகளாக உள்ளதை நாம் பார்த்திருக்கிறோம். அதுபோல் குறைந்த சம்பளம் வாங்கி, சிக்கனமாக செலவு செய்து சிறிது சிறிதாக சேமித்து செல்வந்தர்களாக மாறியதையும் நாம் பார்த்திருக்கிறோம். எனவே நாம்

அனைவருமே சிக்கனமாக செலவு செய்தால் நம்மால் ஒரு குறிப்பிட்ட பணத்தை தொடர்ச்சியாக சேமிக்கலாம்.

வரவு – செலவு = சேமிப்பு என்பது தவறு
வரவு – சேமிப்பு = செலவு என்பதே சரி

மேற்கூறியவாறு செலவு செய்தது போக மிச்சத்தை சேமிக்க நினைத்தாலும் நம்மால் சேமிக்க முடியாது. எனவே குறிப்பிட்ட சேமிப்பை முதலிலே எடுத்து வைத்து விட்டு மிச்சத் தொகையில் மட்டும் செலவு செய்யவேண்டும்.அவ்வாறு செய்தால் மட்டுமே நாம் தொடர்ச்சியாக திட்டமிட்டவாறு சேமித்து நமது குறிக்கோளை அடையமுடியும்.

மேற்கூறியவாறு நாம் சிறிது சிறிதாக சேர்க்கா விட்டால் கீழ்க்கண்ட தேவைகளை நிறைவேற்ற சிரமப்படவேண்டும்.

1. குழந்தைகளின் படிப்புச்செலவு

2. குடும்பத்தினரின் எதிர்பாராத மருத்துவ செலவு

3. குழந்தைகளின் திருமணச் செலவு

4. வீடு வாங்குதல்

5. வயதான மற்றும் வருமானமில்லா காலத்தின் வாழ்க்கை செலவுகள்

6. நம்மால் முடிந்த அளவு ஏழை எளியோருக்கு உதவும் செயல்கள்.

எனவே நாம் எவ்வாறு சம்பாதிக்கும் பணத்தை வெவ்வேறு வழிகளில் எப்படி பாதுகாப்பாக முதலீடு செய்து மேற்கூறிய செலவுகளை சமாளிப்பது குறித்து விளக்கமாக பார்க்கலாம்.

தேவைக்கும், விருப்பத்திற்கும் உள்ள வித்தியாசத்தை நாம் நன்கு புரிந்து கொண்டால் நிறைய செலவுகளை தவிர்க்கலாம்.

தேவை – இது இல்லாமல் வாழ முடியாது.
விருப்பம் – இது இல்லாமலும் வாழ முடியும்.

தேவைக்கும் (Needs), விருப்பத்திற்கும் (Wants) உள்ள வித்தியாசத்தை பின்வரும் உதாரணத்துடன் விளக்கினால் அனைவருக்கும் நன்கு புரியும்.

NEEDS		WANTS	
	Food & water		Entertainment
	Shelter		Designer gear
	Clothing		Expensive electronics
	Healthcare		Holidays
	Education		Eating out
	Transport		Fancy cars
	Safety & security		Expensive jewellery

எனவே நாம் அனைவருமே செலவு செய்யும் முன் அது தேவையா, விருப்பமா என ஆராய வேண்டும்.

அனைவராலும் சம்பாதிக்கமுடியும், ஆனால் புத்திசாலிகளால் மட்டுமே சேமிக்க முடியும்.

நீங்கள் புத்திசாலி என்றால் இன்றே உங்கள் சேமிப்பை துவக்குங்கள்.

02

சேமிப்பு முறைகள்

முந்தைய அத்தியாயத்தில் சேமிப்பின் அவசியம் பற்றி விளக்கப்பட்டது. இந்த அத்தியாயத்தில் சேமிப்பை எந்த விதமான முறைகளில் முதலீடு செய்யலாம் மற்றும் அதன் ஆபத்துகளையும் தெரிந்துகொள்ளலாம்.

முதலில் முதலீட்டிற்கான ஒரு விதியைப் பற்றி தெரிந்து கொள்ளவேண்டும்.

Returns Risk (Returns is proportional to Risk) அதாவது Returns (முதலீட்டின் பலன்) என்பது எடுக்கும் Risk (முதலீட்டுவகை)யை பொறுத்து நேர்மறையில் கிடைக்கும். லாபம் அதிகம் வேண்டும் எனில் முதலீட்டில் அதிக ஆபத்து இருக்கும். குறைவான ஆபத்து உள்ள முதலீட்டில் குறைவான லாபமே கிடைக்கும். குறைவான ஆபத்துள்ள முதலீட்டில் அதிகளவு லாபம் கிடைக்கவே கிடைக்காது.

எனவே நாம் கீழ்க்கண்ட மூன்று வகையான சேமிப்பு முறைகளை பார்க்கலாம்.

1. குறைவான ஆபத்து & குறைவான லாபம் – போஸ்ட் ஆபீஸ் மற்றும் பேங்க் டெபாசிட்

2. நடுத்தர ஆபத்து & நடுத்தர லாபம் – மியூச்சுவல் பண்ட் மற்றும் NPS

3. அதிக ஆபத்து & அதிக லாபம் – பங்கு சந்தை முதலீடு

மேற்கூறிய மூன்று வகையிலான சேமிப்பை பின்வரும் ஒரு உதாரணத்துடன் விளக்கினால் அனைவருக்கும் நன்கு புரியும்.

ஒருவர் சென்னையிலிருந்து பாண்டிச்சேரி செல்ல விரும்பினால் வெவ்வேறு முறையில் பயணிக்கலாம். சைக்கிள் அல்லது பாதயாத்திரை போல் நடந்தே சென்றால் விபத்துக்கான வாய்ப்பு குறைவு என்றபோதும் சென்று அடைய 30-50 மணி நேரம் ஆகும். தபால் அலுவலகம்/ வங்கி டெபாசிட் என்பது வட்டி குறைவாக கிடைப்பதால் நம்முடைய சேமிப்பு குறிக்கோளை அடைய நிறைய வருடங்கள் ஆகும் என்பதால் சைக்கிள் அல்லது நடந்து செல்வது போல் கருதலாம்.

போஸ்ட் ஆபீஸ் மற்றும் பேங்க் டெபாசிட்

அதே சென்னையிலிருந்து பாண்டிச்சேரிக்கு ஒருவர் பேருந்தில் செல்கிறார் என்றால், ஒரு குறிப்பிட்ட பயணக் கட்டணத்தில் நிறைய பயணிகளை ஏற்றிக் கொண்டு

ஒரு பயிற்சி பெற்ற ஓட்டுனர் அனைவரையும் பத்திரமாக பாண்டிச்சேரியில் 3-4 மணிநேரத்தில் சேர்த்து விடுவார். மியூச்சுவல் பண்ட் மேற்கூறிய பேருந்து பயணம் போன்று ஓரளவு லாபம் மற்றும் ஓரளவு ஆபத்துள்ளது போல் இருக்கும்.

மியூச்சுவல் பண்ட் மற்றும் NPS

கடைசியாக பங்கு சந்தை முதலீடு என்பது நாமே நமது பைக் அல்லது காரில் சென்னையிலிருந்து பாண்டிச்சேரிக்கு செல்வது போன்றது. இதில் மிகச்சீக்கிரமாக 2 மணிநேரத்தில் அடையலாம். ஆனால் நாமோ அல்லது எதிரில் வருபவர் சரியாக வண்டியை ஓட்டாவிட்டால் விபத்து நேரிடலாம்.

அதேபோல் பங்கு சந்தையில் சில சமயம் அதிக லாபமும் கிடைக்கும். சிலசமயம் அதிக நஷ்டமும் கிடைக்கும். நன்கு அனுபவமுள்ள பயிற்சி உள்ள நபர்களுக்கே இந்த வகை முதலீடு சரியாக இருக்கும்.

பங்கு சந்தை முதலீடு

03

போஸ்ட் ஆபீஸ் மற்றும் பேங்க் டெபாசிட்

இந்த அத்தியாயத்தில் முதல்வகை சேமிப்பு முறையான குறைவான அல்லது ஆபத்தில்லாத முதலீடு மற்றும் குறைவான லாபம் உள்ள தபால் அலுவலகம் மற்றும் வங்கி டெபாசிட்டை பற்றி நாம் விளக்கமாக அறியலாம்.

ரிஸ்க் எடுக்க விரும்பாத ஓய்வூதியம் பெறுவோர் மற்றும் மியூச்சுவல் பண்ட்/ ஷேர் மார்கெட் பற்றி அனுபவம் இல்லாதவர்கள் முதலீடு செய்ய ஏற்ற சேமிப்பு போஸ்ட் ஆபிஸ் மற்றும் பேங்க் டெபாசிட் ஆகும்.

பேங்க் டெபாசிட்

ஒரு குறிப்பிட்ட பெரிய தொகையை குறிப்பிட்ட வருடத்திற்கு வைப்பு நிதியாக (Fixed Deposit) ஆக முதலீடு செய்தால் மாதா மாதம் அல்லது மூன்று மாதத்திற்கு ஒருமுறை வங்கிகளில் 5-7% வட்டி மட்டுமே கிடைக்கிறது. இவ்வகையான டெபாசிட் வயதானவர்களுக்கு ஏற்ற முதலீடாக இருக்கும். மாத வருமானம் வாங்குவோர் குறிப்பிட்ட சேமிப்பு இலக்கை அடைய RD – ரெக்கரிங் டெபாசிட் உதவும்.

போஸ்ட் ஆபிஸ் டெபாசிட்

பேங்க் டெபாசிட்டை விட சற்று அதிகமான வட்டி கிடைக்கக் கூடிய சேமிப்பு போஸ்ட் ஆபிஸ் சேமிப்பு வகை ஆகும். அதனால் மன்த்லி இன்கம் ஸ்கீம் போன்ற அதிக மாத வட்டி கிடைக்கும் டெபாசிட்டில் அதிகமானோர் முதலீடு செய்கின்றனர். போஸ்ட் ஆபிஸ் டெபாசிட்டில் 7-8% வட்டி கிடைக்கின்றது. 65 வயது முதியோர்களுக்கு 0.5% வட்டி அதிகமாக கிடைக்கும்.

போஸ்ட் ஆபிஸ் டெபாசிட்டில் முக்கியமான திட்டங்கள் செல்வமகள் மற்றும் செல்வமகன் சேமிப்புத் திட்டமாகும். இத்திட்டங்களில் 10 வயதிற்குட்பட்ட 2 குழந்தைகளின் பெயர்களில் அவர்களது பெற்றோர்/பாதுகாவலர் கணக்கு தொடங்கி 15 வருடங்கள் பணம் சேமிக்கலாம். ஒரு வருடத்தில் குறைந்தபட்சம் Rs.250-ம் அதிகபட்சமாக Rs.150,000-ம் சேமிக்கலாம். இத்திட்டத்திற்கான வட்டி விகிதம் மூன்று

மாதத்திற்கு ஒருமுறை அறிவிக்கப்படும். அதிகமான வட்டி – சுமார் 8.2% இத்திட்டத்திற்கே அளிக்கப்படுகிறது.

இத்திட்டங்களில் நாம் நம்முடைய குழந்தைகளின் பெயரில் மாதா மாதம் குறிப்பிட்ட தொகையை சேமித்து வைத்தால் குழந்தைகளின் மேல் படிப்பு அல்லது திருமண செலவிற்கு உதவியாக இருக்கும். சேமிப்பு ஆரம்பித்த 21ஆவது வருடத்தில் அல்லது குழந்தைகளுக்கு திருமணமாகும் போது கணக்கை முடித்து நாம் சேமித்த பணத்தை திரும்ப பெறலாம். இத்திட்டத்தினை சில குறிப்பிட்ட வங்கிகளிலும் ஆரம்பிக்கலாம்.

இச்சேமிப்பு திட்டத்துடன் IPPB என்ற போஸ்ட் ஆபிஸ் பேங்க் கணக்கை இணைத்துவிட்டால் நாம் நம் வீட்டிலிருந்து கொண்டே போஸ்ட் ஆபிஸ் செல்லாமல் நமது பிற வங்கிக்கணக்கிலிருந்து இந்த செல்வமகள்/செல்வமகன் திட்டத்திற்கு எளிதாக மாதா மாதம் பணப்பரிமாற்றம் செய்ய முடியும். அவ்வாறு தவறாமல் குறிப்பிட்ட தொகையை சேமித்து வைத்தால் குழந்தைகளின் எதிர்காலம் குறித்த கவலை தேவையில்லை. இது ஒவ்வொரு பெற்றோரும் கண்டிப்பாக செய்யவேண்டிய பாதுகாப்பான முதலீடாகும்.

04

ஷேர் முதலீடு – பங்கு சந்தை முதலீடு

அதிகமான ரிஸ்க் மற்றும் அதிகமான லாபம்/நஷ்டம் என்ற முதலீட்டு வகை ஷேர் மார்க்கெட் ஆகும். அதாவது முதலீட்டாளர் நேரிடையாக சில நிறுவன பங்குகளை டீமேட் கணக்கில் ஒரு விலையில் வாங்கி மற்றொரு நாளில் அதிக விலைக்கு விற்றால் லாபமும், குறைந்த விலைக்கு விற்றால் நஷ்டமும் கிடைக்கும்.

சில நிறுவன ஷேர்கள் 1 ரூபாய்க்கும் குறைவான விலையிலும், சில நிறுவனங்களின் ஷேர்கள் பல்லாயிரக் கணக்கான ரூபாய் விலையிலும் கிடைக்கிறது. அந்தந்த நிறுவங்களின் வியாபாரம், லாபம்/நஷ்டம், விரிவாக்கம், சந்தைவாய்ப்புகள் மற்றும் முதலீட்டாளர்களின் தேவை போன்றவற்றை பொறுத்து தினசரி பங்கின் விலையில் ஏற்றம்/ இறக்கம் காணப்படும்.

முதலீட்டிற்கு முன் குறிப்பிட்ட நிறுவனங்களின் நிதிநிலைமை, சந்தை நிலவரம், வியாபார சூழ்நிலை, உள்நாட்டு/வெளிநாட்டு அரசியல் சூழல் ஆகியவற்றை ஆராய்ந்த பின்னரே முதலீடு செய்ய வேண்டும்.

எதுவுமே ஆராயாமல், தெரியாமல் நேரிடையாக பங்குகளில் முதலீடு செய்வது ஓட்டுனர் பயிற்சி பெறாமல் நேரிடையாக பைக் அல்லது கார் ஓட்டுவது போன்றதாகும், அதில் மிகுந்த ஆபத்து உள்ளது. எனவே பொறுமையுடன்

நன்கு ஆராய்ந்து சிறிது சிறிதாக முதலீடு செய்து பயிற்சி பெற்று தொடர வேண்டும்.

Bull Market-காளை சந்தையில் பங்கின் விலையில் ஏற்றமும், Bear Market – கரடி சந்தையில் பங்கின் விலையில் இறக்கமும் காணப்படும்.

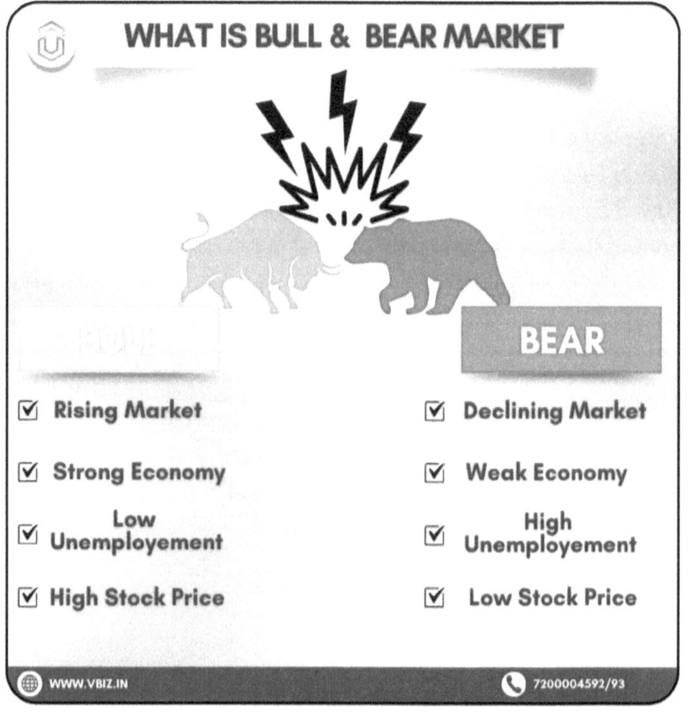

ஷேர் மார்கெட்டில் நல்ல முதலீடு மிக அதிகமான லாபம் கொடுத்துள்ளது. உதாரணமாக 2000 ஆம் ஆண்டில் இன்போசிஸ் ஷேர் ரூபாய் 100க்கு கிடைத்துள்ளது. அப்போது பத்தாயிரம் ரூபாய்க்கு 100 ஷேர்கள் வாங்கி இருந்தால் இன்றைக்கு போனஸ் ஷேர்கள் உட்பட அதன் மதிப்பு சுமார் 1 கோடி ரூபாய் ஆகும். அதாவது

25 வருடங்களில் அதன் மதிப்பு ரூபாய் 10,000லிருந்து 1 கோடியாக 1000 மடங்கு அதிகரித்துள்ளது. இதுபோல வளர்ச்சி எந்த சேமிப்பு முறையிலும் கிடைக்காது. இன்போசிஸ் போன்று பல நிறுவன பங்குகள் மிகச்சிறந்த லாபங்களை முதலீட்டாளர்களுக்கு கொடுத்துள்ளது.

லாப உதாரணம் மட்டுமல்ல, நஷ்ட உதாரணத்தையும் நாம் தெரிந்து கொள்ள வேண்டும். ஜெட் ஏர்வேஸ் நிறுவன ஒரு ஷேர் மதிப்பு 2005 ஆம் ஆண்டில் ரூ.1373 ஆக இருந்து இன்றைக்கு வெறும் 34 ரூபாய்க்கு விற்கிறது. அதாவது 2005 ல் ரூ.10,000 க்கு ஜெட் ஏர்வேஸ் ஷேர்கள் வாங்கி இருந்தால் இன்றைக்கு அதன் மதிப்பு வெறும் ரூ.238 ஆக சுமார் 98% குறைந்திருக்கும்.

மேலே குறிப்பிட்ட இன்போசிஸ் நிறுவனத்தின் வியாபார லாபமானது 2000ஆம் ஆண்டில் ரூ.285 கோடியாகவும் 2024 ஆம் ஆண்டில் ரூ.26,258 கோடியாகவும் கிட்டதட்ட 100 மடங்கு வளர்ந்துள்ளது.எனவே அதன் ஷேர்மதிப்பு 1000 மடங்காகி உள்ளது.

ஆனால் ஜெட் ஏர்வேஸ் நிறுவனம் அதிக செலவுகள், அதிக போட்டி, அதிக கடன் ஆகிய பிரச்சனைகளால் கம்பெனியே திவாலாகி ஷேர் மதிப்பு ரூ.1373லிருந்து ரூ.34 ஆக குறைந்துள்ளது.

எனவே ஷேர்கள் வாங்கும் போது சந்தை நிலவரத்தை தொடர்ந்து கண்காணித்து, ஆராய்ந்து நல்ல நிறுவன பங்குகளை வாங்கி நீண்ட வருடங்களுக்குப் பிறகு விற்றால் நல்ல லாபம் கிடைக்கும். தினசரி சந்தையில் ஏற்றம் / இறக்கம் இருக்கும் போது சரியாக விற்க / வாங்க முடிவு எடுப்பது என்பது சிரமமான செயலாகும். நாம் அறிந்த தகவல்களை விட பல்வேறு உலக நடப்புகள் பங்கு விலையின் ஏற்ற, இறக்கத்திற்கு காரணமாக உள்ளது. உள்நாட்டு நிலவரம் மட்டுமல்லாமல் உலகின் ஒரு மூலையில் நடக்கும் போர், இயற்கை சீரழிவுகள், தேர்தல் முடிவு,கண்டுபிடிப்புகள் கூட நம்முடைய நாட்டின் சந்தை பங்குகளின் விலையில்

ஏற்ற, இறக்கத்தை கொண்டு வருவதால் நன்கு ஆராய்ந்து விழிப்புடன் ஷேர்ல் முதலீடு செய்ய வேண்டும்.

பெரும்பான்மையான சிறுமுதலீட்டாளர்கள் ஷேர் மார்க்கெட் உயரும் போது அதிக லாபம் கிடைக்கும் என்ற ஆசையில் பெரும் பணத்தை முதலீடு செய்கின்றனர். ஆனால் திடீரென சந்தை இறங்கும் போது சிறுமுதலீட்டாளர்கள் அதிகமாக பதற்றம் அடைந்து வேக வேகமாக நஷ்டத்துடன் வெளியேறி வருகின்றனர்.

ஷேர் மார்க்கெட்டில் உள்ள ஒரு விதியானது ஷேர் மதிப்பு உயரும் போது விற்க வேண்டும். ஷேர் விலை குறையும் போது வாங்க வேண்டும். ஆனால் பெரும்பாலான முதலீட்டாளர்களால் இதனை பின்பற்ற முடியாமல் தலைகீழாகவே செய்து நஷ்டத்தினை சந்திக்கின்றனர். வெகு சிலரே மேற்கூறிய விதியை பின்பற்றி நல்ல லாபம் சம்பாதிக்கின்றனர்.

ஷேர் மார்க்கெட்டில் அறியாமல் முதலீடு செய்து நஷ்டமாவது பற்றிய ஒரு சிறு கதை ஒன்று கூறுகிறேன்.

காட்டின் அருகே ஒரு கிராமம் இருந்தது. அதனால் நிறைய குரங்குகள் காட்டிலிருந்து கிராம பகுதிகளில் திரிந்து வந்தன. ஒரு நாள் அந்த ஊருக்கு புதிதாக இருவர் வந்து அக்கிராம மக்களிடம் எங்களுக்கு ஆராய்ச்சிகளுக்காக குரங்குகள் தேவைப்படுகின்றது. எனவே ஒரு குரங்கை பிடித்து கொடுத்தால் 100 ரூபாய் தருவதாக கூறினார்கள். உடனே மக்களும் அவர்களால் முடிந்த அளவு 100 குரங்குகளை பிடித்து வியாபாரிகளிடம் கொடுத்து ஒரு குரங்கிற்கு Rs.100 ஐ பெற்று மகிழ்ச்சியாக சென்றனர். அடுத்த 2 நாட்களில் வியாபாரிகள் குரங்கு பிடித்து கொடுத்தால் Rs.200 தருவதாக அறிவித்தனர். மக்களும் நன்கு தேடி மிச்சமுள்ள 50 குரங்குகளை பிடித்து கொண்டு வந்து Rs.200 ஐ பெற்று சென்றனர்.

அடுத்தநாள் வியாபாரிகளில் மூத்தவர் வெளியூர் செல்ல மற்ற ஒரு வியாபாரி ஊர் மக்களை அழைத்து குரங்குகளின் தேவை அதிகமாக உள்ளதால் மூத்தவியாபாரி அடுத்த ஊருக்கு சென்றிருப்பதால் திரும்பி வரும்போது மீண்டும் குரங்குகளை கொடுத்தால் ஒரு குரங்குக்கு Rs.300 கிடைக்கும். எனவே

நான் அந்த மூத்த வியாபாரிக்கு தெரியாமல் ஒரு குரங்கை Rs.250க்கு தருகிறேன். நீங்கள் உடனே வாங்கி மறுநாள் காலையில் வந்து Rs.300 க்கு விற்றால் ஒரு குரங்கிற்கு உங்களுக்கு Rs.50 லாபம் கிடைக்கும் என்று ஆசையை தூண்டியதால் ஊர் மக்கள் தாங்கள் வியாபாரிகளிடம் Rs.100க்கும், Rs.200க்கும் பிடித்து கொடுத்த மொத்த 150 குரங்குகளை உடனே போட்டி போட்டு வாங்கிச் சென்று மறுநாள் காலைக்காக காத்திருந்தனர். ஆனால் அடுத்த நாளில் இளைய வியாபாரியையும் காணவில்லை. இரு வியாபாரிகளும் பின்னர் அந்த ஊர்ப்பக்கம் வரவே இல்லை. ஊர் மக்கள் தாங்கள் வைத்துள்ள குரங்குகளின் தொல்லை தாங்காமல் காட்டில் விட்டனர். இப்போது ஊர் மக்கள் Rs.17,500 நஷ்டத்தை சந்தித்தனர்.

அதாவது 100 குரங்குகளை விற்றபோது கிடைத்த பணம்=100x100 = Rs.10,000

மற்றும் 50 குரங்குகளை விற்ற போது கிடைத்த பணம்=-50x200 = Rs.10,000

மொத்தமாக கிராம மக்களுக்கு கிடைத்த பணம் = Rs.20,000

மறுபடியும் 150 குரங்குகளை வாங்க செலுத்திய பணம்= 150x250= Rs.37,500

கிராம மக்களுக்கு கிடைத்த நஷ்டம் = 20,000-37,500= Rs.17,500.

எனவே மேற்கூறிய கதைபோல் பேராசைப்பட்டு தவறான முதலீடு செய்தால் நஷ்டத்தினையே சந்திக்க நேரிடும். இக்கதை மூலம் ஷேர் மார்க்கெட்டில் ஈடுபட வேண்டாம் என்று சொல்லவில்லை. அதில் உள்ள ஆபத்தை விளக்குவது மட்டுமே இதன் நோக்கமாகும்.

எனவே நல்ல நிறுவன பங்குகளை அவ்வப்போது வாங்கி வைத்து குறுகிய காலத்தில் விற்காமல் நீண்ட வருடங்களுக்கு வைத்திருந்தால் நல்ல லாபம் கிடைக்கும். நல்ல நிறுவனங்கள் அவ்வப்போது லாபம் கிடைக்கும் போது டிவிடெண்ட் (ஈவுத்தொகை)ஆகவும் முதலீட்டாளர்களுக்கு வழங்கி வருகின்றன.

எனவே நீண்டகால முதலீட்டில் ஈடுபட விரும்புவர்கள் டீமேட் கணக்கு தொடங்கி சிறிது, சிறிதாக வெவ்வேறு விதமான நல்ல நிறுவனங்களின் பங்குகளை வாங்கி நீண்ட வருடங்களுக்கு வைத்திருந்தால் ஒரு நிறுவன பங்கு விலை குறைந்தாலும் மற்ற நிறுவன பங்குகளின் ஏற்றத்தால் நல்லதொரு லாபம் கிடைத்து நம்முடைய சேமிப்புக்குறிக்கோளை அடைந்து சிறப்பாக வாழலாம். ஷேர் மார்க்கெட் போன்று எந்த ஒரு சேமிப்பிலும் அதிக லாபம் காண முடியாது. அதே சமயம் நஷ்டத்தை சந்திக்கும் வாய்ப்பும் உள்ளதை மறந்து விடக்கூடாது.

Sensex சென்செக்ஸ் (Stock Exchange Sensitive Index)- BSE/NSE

1986ஆம் வருடத்தில் Reliance, SBI, L&T போன்ற மிகச்சிறந்த பொது நிறுவனங்களின் பங்கு மதிப்பின் சராசரியை கொண்டு மொத்த மதிப்பாக 100 இண்டெக்ஸ் பாய்ண்ட் என நிர்ணயம் செய்யப்பட்டது. அது வருடம் செல்ல செல்ல 2025 ல் சுமார் 80,000 பாய்ண்ட்களாக வளர்ந்துள்ளது. வெவ்வேறு காலகட்டத்தில் வெவேறு காரணங்களுக்காக ஏற்ற இறக்கங்களை சந்தித்த அதன் வரைபடத்தை கீழே காணலாம். சுருக்கமாக கூறினால் மொத்த சந்தையின் ஏற்ற, இறக்கத்தை குறிக்கும் இண்டிகேட்டர் தான் இந்த செ24ன்செக்ஸ் என்பதாகும்.

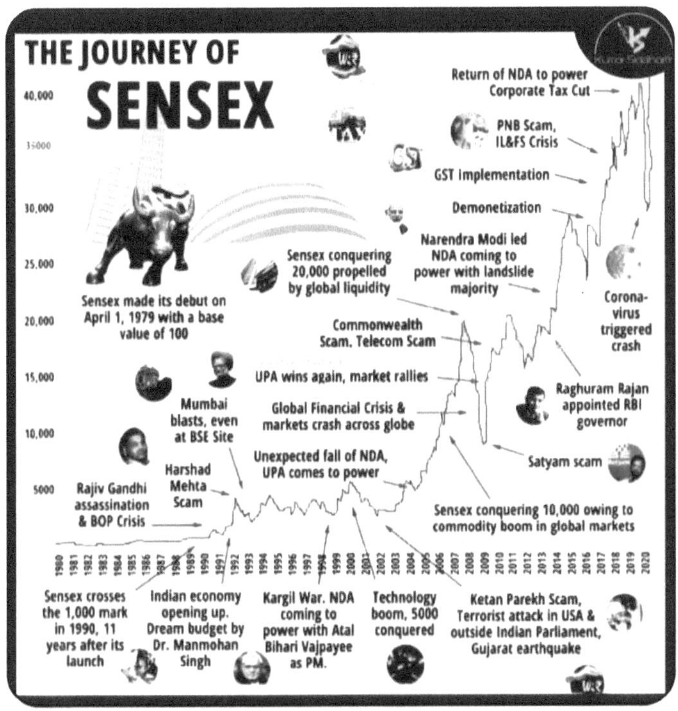

IPO (Initial Public Offering) நிறுவனங்கள் முதன்முறையாக பங்கு சந்தையில் பங்கு வெளியீடு செய்யும் போது முதலீட்டாளர்களின் ஆர்வம் / போட்டியை பொறுத்து முதல் நாளில் லாபமோ / நஷ்டமோ கிடைக்க வாய்ப்புள்ளது.

நல்ல லாபமடைந்த IPO உதாரணம் – பஜாஜ் ஹௌசிங் பைனான்ஸ்

IPO விலை – Rs.70 & முதல் நாள் பங்கின் விலை- Rs.150. லாபம்-114%

நஷ்டமடைந்த IPO உதாரணம் – MVK அக்ரோ புட்

IPO விலை – Rs.120 & முதல் நாள் பங்கின் விலை-Rs.79. நஷ்டம் – 34%

எனவே இவ்வகையான IPO முதலீட்டிலும் நன்கு ஆராய்ந்தே முதலீடு செய்ய வேண்டும்.இதைத் தவிர F&O (Future & Options) என்ற ஒரு வகையான முதலீடு உள்ளது. அது நன்கு ஷேர் மார்க்கெட் அனுபவம் படைத்தவர்களுக்கு உரியது. அதில் அனுபவமற்றவர் பெரும்பாலானோர் நஷ்டத்தையே சந்திப்பதால் மிகவும் எச்சரிக்கையுடன் முதலீடு செய்வது நல்லது.

05

மியூச்சுவல் பண்ட் (பரஸ்பர நிதி)

முன்கூறிய குறைந்த ரிஸ்க் மற்றும் அதிக ரிஸ்க் முதலீடுகள் ஆகியவற்றிற்கு நடுவே உள்ள சேமிப்பு வகையே இந்த மியூச்சுவல் பண்ட் ஆகும். பண்ட் என்ற வார்த்தையை வைத்து சீட்டு பண்ட் அல்லது தீபாவளி பட்டாசு / பலகாரம் பண்ட் என்று தவறாக கருதி விட வேண்டாம்.

போஸ்ட் ஆஃபிஸ் அல்லது பேங்க் வட்டியை விட அதிகமாக வேண்டும் என்று நினைப்பவர்களுக்கும், ஷேர் மார்கெட்டில் முதலீடு செய்ய தெரியாதவர்களுக்கு அல்லது அதிக ரிஸ்க் எடுக்க விரும்பாதவர்களுக்கு ஏற்றது இந்த மியூச்சுவல் பண்ட் ஆகும். குறிப்பாக சொன்னால் நடுத்தர வர்க்கத்து மக்களுக்கு ஏற்ற முதலீடு ஆகும். இந்த மியூச்சுவல் பண்ட் எப்படி செயல்படுகிறது என்பதை இப்போது விளக்கமாக பார்க்கலாம்.

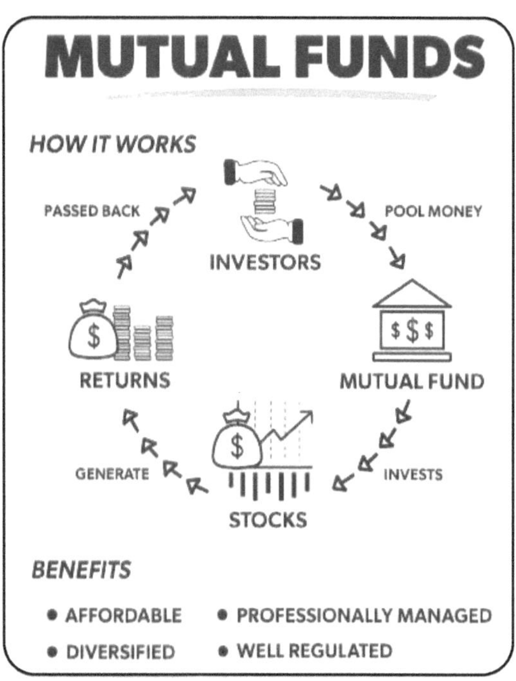

உதாரணமாக 10 பேர் ஆளுக்கு ஆயிரம் ரூபாய் ஒரு மியூச்சுவல் பண்டில் முதலீடு செய்தால் மொத்தம் Rs.10,000த்தை வைத்து உதாரணமாக கீழ்கண்ட வேஷர்கள் வாங்கப்படும்.

இன்போசிஸ் - 1 ஷேர்	- Rs.1500
எல் & டி - 1 ஷேர்	- Rs.1000
டாடா மோட்டார்ஸ் - 2 ஷேர	- Rs.1000
எஸ்.பி.ஐ பேங்க் - 5 ஷேர்	- Rs.2500
ரிலையன்ஸ் - 4 ஷேர்	- Rs.4000
மொத்தம்	- Rs.10,000

இந்த பத்தாயிரம் ரூபாய் முதலீட்டை 1000 யூனிட்களாக (ஒரு யூனிட்-10 ரூபாய்) என்ற மதிப்பில் மாற்றி ஒவ்வொரு முதலீட்டாளருக்கும் 100 யூனிட்களாக கொடுக்கப்படும்.

மொத்த முதலீட்டுத் தொகை – Rs.10,000

10 முதலீட்டாளருக்கும் ஒவ்வொருவருக்கும் வழங்கிய யூனிட்கள் – 100

ஒரு யூனிட்டின் மதிப்பு Rs.10

ஒரு யூனிட்டின் மதிப்பு என்பது NAV என அழைக்கப்படுகிறது. அதாவது Net Asset Value என்பதே NAV ஆகும்.

முதலீட்டிற்கு பின் சில நாட்களுக்கு பின்னர் ஷேர் மார்க்கெட் உயர்ந்து மேலே கூறிய பங்குகளின் விலை அதிகரித்து மொத்த முதலீடு Rs.10,000 ஆனது Rs.11,000 ஆக உயர்ந்தால் இப்போது NAV ஆனது 11,000/100 = Rs.11 ஆகும்.இப்போது ஒவ்வொரு முதலீட்டாளரின் தற்போதைய முதலீடானது Rs.1000 த்திலிருந்து Rs.1100 ஆயிருக்கும். அதாவது 100 யூனிட்கள் x Rs.11 NAV = Rs.1100, லாபம் Rs.100 ஆகும்.

அதேநேரம் சில நாட்களுக்கு பின் ஷேர் மார்க்கெட் சில காரணங்களால் வீழ்ச்சி அடைந்தால் வாங்கிய பங்குகளின் விலை குறைத்து மொத்த முதலீடானது Rs.10,000லிருந்து Rs.9,000 ஆக குறைந்தால் NAV =9000/1000=Rs.9 ஆக குறைந்து ஒவ்வாரு முதலீட்டாளரின் முதலீடு 100x9 = Rs.900 ஆக குறைந்து இருக்கும். அதாவது நஷ்டம் Rs.100 ஆக இருக்கும்.

எனவே ஷேரின் விலையை போன்று மியூச்சுவல் பண்ட்டின் NAV ஆனது முதலீடு செய்த ஷேர்களின் மொத்த மதிப்பை பொறுத்து தினசரி மாறிக் கொண்டிருக்கும். ஆனால் ஷேர் மாதிரி அல்லாமல் NAV மாற்றம் மிகச்

சிறியதாக இருக்கும். ஒரே ஒரு குறிப்பிட்ட ஷேரில் முதலீடு செய்யாமல் மியூச்சுவல் பண்டானது வெவ்வேறு ஷேர்களில் முதலீடு செய்வதால் ரிஸ்க் பரவலாக்கப்பட்டு நடுத்தர ரிஸ்க்கே உள்ளது. மேலும் ஷேர் மார்க்கெட் அனுபவம் அதிகம் உள்ள மேனேஜர்களால் மியூச்சுவல் பண்ட் நிர்வகிக்கப்படுகிறது. முதலீட்டாளர்களுக்கு எந்த ஒரு வேலையும் இல்லை. பங்குசந்தை எப்படி செல்கிறது, எந்த பங்கை வாங்கலாம் அல்லது விற்கலாம் என்ற அனைத்து முடிவுகளையும் முதலீட்டாளர்கள் சார்பாக மியூச்சுவல் பண்ட் மேனேஜர் எடுப்பார்கள்.அவர்களின் சம்பளம் உட்பட அனைத்து நிர்வாக செலவுகளும் பண்ட் அட்மினிஸ்ட்ரேட் சார்ஜ் என முதலீட்டாளரின் முதலீட்டு தொகையிலிருந்து கழித்துக்கொள்ளப்படும்.

சுருங்கக் கூறினால் பயணிகள் அனைவரும் ஒரு பஸ்சில் பணம் கொடுத்து டிக்கெட் எடுத்து பயணிக்கும்போது நன்கு பயிற்சி பெற்ற அனுபவசாலி டிரைவர் அந்த வண்டியை இயக்கி செல்லவேண்டிய இடத்திற்கு செல்வது போல் மியூச்சுவல் பண்ட் மேனேஜர் மூலம் முதலீடு செய்து குறிப்பிட்ட சேமிப்பு குறிக்கோளை அடைவதாகும். அவ்வப்போது பங்குச்சந்தையின் போக்கை பொறுத்து பண்ட் மேனேஜர் பங்குகளை வாங்கவோ, விற்கவோ செய்து NAV ஐ தொடர்ச்சியாக முன்னேற்றம் காண முயற்சி செய்வார்கள். முதலீட்டாளர்கள் அமைதியாக அமர்ந்து NAVஐ மட்டும் கண்காணிக்கலாம்.

குறைந்தபட்சமாக Rs.100, Rs.500 அல்லது Rs.1000 ஆகவும் மியூச்சுவல் பண்ட் முதலீடு செய்யலாம். அதற்கென தற்போது நிறைய மொபைல் ஆப் வந்துள்ளது.மிகவும் எளிதாக முதலீடு செய்து அதன் NAV, லாப அல்லது நஷ்டத்தினை கண்ணிக்க முடியும். இந்தியாவில் வெவ்வேறு நிறுவனங்களின் பெயர்களில் ஆயிரக்கணக்கான மியூச்சுவல் பண்ட் உள்ளன. இணையத்தில் தேடினால் 1, 3 அல்லது 5

வருடத்தில் அதிக லாபம் அளித்த பண்ட் எவை என எளிதாக கண்டறிந்து அதில் நாம் முதலீடுசெய்யலாம்.

சிஸ்டமிக் இன்வெஸ்ட்மென்ட் பிளான் (SIP)

எப்படி நாம் மாதா மாதம் ஒரு குறிப்பிட்ட தொகையை பேங்க் / போஸ்ட் ஆஃபிஸில் RD(Recurring Deposit) கட்டுகிறோமோ அதே போல் மாதா மாதம் குறிப்பட்ட தேதியில் குறிப்பிட்ட அளவு பணத்தை மியூச்சுவல் பண்ட்டில் முதலீடு செய்வதே SIP என்று அழைக்கப்படும்.

ஒரு பெரிய தொகையை ஒரே நாளில் முதலீடு செய்யும் போது அந்த நாளில் NAV ஐ பொறுத்து யூனிட்கள் வழங்கப்படும். அன்று NAV குறைவாக இருந்தால் யூனிட்கள் அதிகமாகவும், NAV அதிகமாக இருந்தால் யூனிட்கள் குறைவாக கிடைக்கும்.ஆனால் SIP முதலீட்டில் மாதா மாதம் முதலீடு செய்யும் போது மாறி வரும் NAV க்கேற்ற யூனிட்களும் மாறி மாறி கிடைக்கும். சராசரி NAV நம்முடைய ரிஸ்க்கை கட்டுப்படுத்தி விடுவதால் SIP முறையே சிறந்தது. நடுத்தர வர்க்கத்தினரில் பெரும்பாலானர் SIP மூலமே மியூச்சுவல் பண்ட்டில் முதலீடு செய்கின்றனர்.

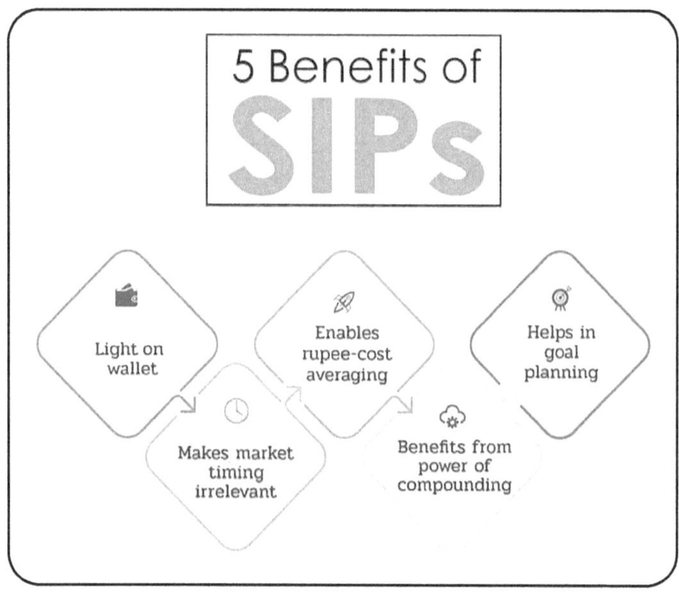

எனவே குழந்தைகளின் மேல்படிப்புச் செலவு/ திருமணம் ஆகியவற்றிற்கு மாதாமாதம் SIP மூலம் ஒரு தொகையை முதலீடு செய்தால் பிற்காலத்தில் நிறைய வருடங்கள் கழித்து அந்த முதலீடு நல்லதொரு தொகையை கொடுக்கும். குறுகிய காலத்தில் சில சமயங்களில் நஷ்டமும் வரலாம். எனவே நெடுங் கால முதலீடாக(5-20 வருடங்கள்) இருப்பது பலனளிக்கும். முதலீட்டை எந்தளவிற்கு விரைவில் தொடங்குகிறோமோ அந்தளவிற்கு அந்த முதலீடு நல்ல வளர்ச்சி அடையும்.

உதாரணத்திற்கு ஒருவர் 20 வயதிலிருந்து மாதம் Rs.2,000 SIP ல் முதலீடு செய்கிறார். 30 வயது ஆகும் வரை 10 வருடங்கள் கட்டுகிறார். மொத்தம் 2.4 லட்சம். மற்றொருவர் 30 ஆவது வயதிலிருந்து அடுத்த 30 வருடங்களுக்கு. மாதம் Rs.2,000 SIPல் பணம் முதலீடு செய்கிறார். மொத்தம்

7.2லட்சம். 60 ஆவது வயதில் யாரிடம் அதிக பணம் இருக்கும்?

சீக்கிரமாக சேமிப்பை தொடங்கியவரின் பணமே அதிகமாக இருக்கும்.

START INVESTING
EARLY TO TAKE BENEFIT OF COMPOUNDING

INVESTORS	MR. A	MR. B
ENTRY AGE	20	30
AGE AT WHICH INVESTMENT IS STOPPED	30	60
INVESTMENT PERIOD (MONTHS)	120	360
MONTHLY INVESTMENT	₹2000	₹2000
TOTAL INVESTED AMOUNT	₹2,40,000	₹7,20,000
MATURITY AGE	60	60
RETURNS	10% P.A	10% P.A
MATURITY	₹81,27,183	₹45,20,976
GROWTH (TIMES)	33.9 X	6.3 X

"COMPOUND INTEREST IS THE EIGHT WONDER OF THE WORLD.HE WHO UNDERSTANDS IT, EARNS IT.HE WHO DOESN'T PAYS IT"

06

பென்சன்/NPS (நேஷனல் பென்சன் ஸ்கீம்)

என் அப்பா ஒரு ஓய்வுபெற்ற அரசு பள்ளி ஆசிரியர். அவர் சிலரிடம் வேடிக்கையாக "எனக்கு செலவிற்காக **பெண்ணும்** பணம் தர தேவையில்லை **சன்னும்** (மகனும்) தர தேவையில்லை. ஏன் என்றால் **பென்சன் வருகிறது**" என்று கூறி சிரிப்பார். ஆம் அது உன்மைதான். வயதான காலத்தில் பெற்ற பிள்ளைகள் உட்பட யாரிடம் கையேந்தாமல் இருக்க பென்சன் உதவிகிறது. ஆதனால்தான் அரசு ஊழியர்கள் பழைய பென்சன் திட்டத்திற்காக போராட்டம் செய்து வருகின்றனர். பழைய பென்சன் திட்டத்தில் கடைசியாக வாங்கிய சம்பளத்தில் ஏறக்குறைய பாதி அளவு பென்சனாக கிடைக்கும்.

ஆனால் தனியார் நிறுவன ஊழியர்களுக்கு பென்சன் என்பது மிக மிகக் குறைவான பணமே கிடைக்கும். உதாரணத்திற்கு 30 வருடமாக தொடச்சியாக பென்சன் திட்டத்தில் இணைந்திருந்து கம்பெனி மாறும் போது பென்சன் பணத்தை எடுக்காதவர்க்கு கூட ஏறத்தாழ 6400 ரூபாய் மட்டுமே கிடைக்கும்.

பென்சன்தொகை=பென்சன்சர்வீஸ்/70 X ₹15,000

பென்சன் சர்வீஸ் என்பது எத்தனை வருடங்கள் தொடர்ச்சியாக பென்சன் திட்டத்தில் பணத்தை எடுக்காமல் நாம் பணியாற்றி வந்த காலம் ஆகும்.

மேற்கூறிய உதாரணத்தில் பென்சன்= 30/70X 15,000 = Rs.6428.

மற்றொரு கவனிக்கவேண்டிய ஒன்று. 2014 ஆம் ஆண்டுக்கு பின்னரே பென்சன் சம்பளம் ரூபாய் 6,500 லிருந்து 15,000 ஆக மாற்றப்பட்டது. எனவே 2014 ஆண்டிற்கு பின்னர் பணியில் சேர்ந்தவர்களுக்கு மட்டுமே மேற்கூறிய பார்முலா பொருந்தும்.

2014 க்கு முன் பணியில் சேர்ந்தவர்களுக்கு பென்சன் இரு பகுதிகளாக கணக்கீடு செய்யப்பட்டு சேர்த்து வழங்கப்படும். உதாரணமாக ஒருவர் 1990 ல் பணிக்கு சேர்ந்து 2025 பணி ஓய்வு பெற்றால் பென்சன் பின்வருமாறு கணக்கீடு செய்யப்படும்.

2014 ஆம் ஆண்டுக்கு முந்தைய பென்சன் (பணி ஆண்டு = 2014 – 1990 = 24)

பென்சன் 1 = 24/70 X 6,500

=2229 ரூபாய்

2014 ஆம் ஆண்டுக்கு பிந்தைய பென்சன் (பணி ஆண்டு 2025 – 2014 =11)

பென்சன் 2 = 11/70 X 15,000

=2357 ரூபாய்

மொத்த பென்சன் = 2229+2357

= 4586 ரூபாய் மட்டுமே

மொத்தமாக 35 வருடங்கள் பணியாற்றி ஓய்வு பெற்ற பின் கிடைக்கும் பென்சன் ஐயாயிரத்திற்கும் குறைவான பணமே. இது நிச்சயமாக ஓய்வு காலத்தில் குடும்ப செலவு மற்றும் மருத்துவ செலவுகளுக்கு போதாது. எனவே ஒரு நல்ல பென்சன் திட்டத்தில் முதலீடு அவசியம் ஆகும்.

NPS நேஷனல் பென்சன் ஸ்கீம் என்பது ஒரு சிறப்பான பென்சன் சேமிப்பு திட்டம் ஆகும். இதில் ரூபாய் 500லிருந்து அதிகபட்சமாக எவ்வளவு வேண்டுமானாலும் சேமிக்கலாம்.

NPSம் ஒருவகையில் மியூச்சுவல் பண்ட் போல் பங்கு சந்தையிலும் முதலீடு செய்யப்படுகின்றது.

NPS என்பது அரசு சார்ந்திருப்பதால் குறைந்த பண்ட் அட்மினிஸ்ட்ரேட்டிவ் சார்ஜ் வசூலிக்கப்படுகிறது. நாம் செலுத்தும் தொகையானது E – ஈக்குவிட்டி (ஷேர்மார்க்கெட்), G – கவர்ன்மென்ட் பாண்ட், C – கார்ப்பரேட் பாண்ட் ஆகிய மூன்றில் நாம் விரும்பும் அளவு பிரித்து முதலீடு செய்யப்படும். ஷேரில் உள்ள அபாயத்தை விரும்பாதோர் G மற்றும் C பண்ட்டில் அதிக முதலீடு செய்யலாம். ஷேரில் கிடைக்கும் லாபத்தை விரும்புபவர்கள் E,G மற்றும் C-ல் முதலீடு செய்யலாம்.

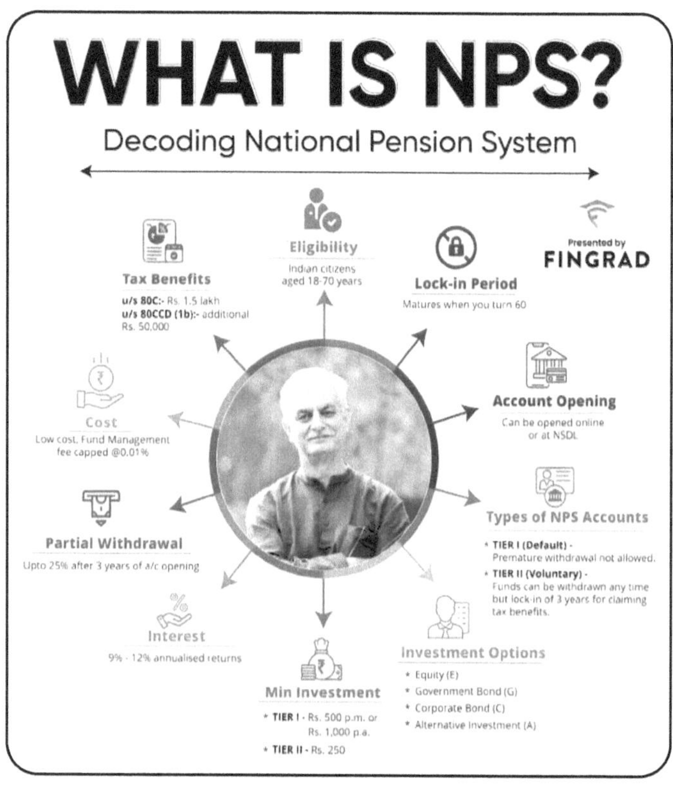

NPS – Tier 1 மற்றும் Tier 2 என்று உள்ளது. Tier 2 NPS – ல் சேமித்தால் நாம் எப்போது வேண்டும் போதும் முழுமையாகவோ/பகுதியாகவோ நம் பணத்தை எடுத்துக் கொள்ளலாம்.

ஆனால் Tier 1 NPS – ல் முதலீடு செய்யப்பட்ட பணம் 60ஆம் வயதில் 60% பணமாகவும் மீதம் உள்ள 40% பென்சன் திட்டமாக (Annuity Plan) மட்டுமே எடுக்க முடியும். 60 வயதிற்கு முன் எடுக்க நினைத்தால் மொத்த முதலீட்டில் 25 % மட்டுமே எதாவது ஒரு அவசர செலவிற்காக எடுக்கலாம். 60 வயதிற்கு முன் முழுமையாக எடுக்க நினைத்தால் 80

% தொகை பென்சன் திட்டமாகவும் (Annuity Plan), 20 % மட்டுமே ரொக்கமாகவும் கிடைக்கும்.

மற்ற முதலீடு வகைகளில் எப்போது வேண்டும் என்றால் பணத்தை திரும்ப எடுக்க வழிகள் உள்ளன. எனவே பெரும்பாலானோர் குறுகிய காலத்தில் ஏதாவது ஒரு தேவையின் பொழுது பணத்தை எடுத்து விடுவதால் முதலீடு பெரிதாக வளர்வதில்லை.

ஆனால் NPS Tier 1 முதலீட்டில் 60 வயது வரை பணத்தை எடுக்க முடியாது என்ற விதி இருப்பதால் முதலீடானது நன்கு வளர்ந்து ஓய்வு பெற்ற பின் 60 ஆம் வயதில் நமக்கு நல்ல பலனை கொடுக்கும்.

NPS முதலீட்டை நாம் விரும்பும் வகையில் Auto Choice (or) Active Choice என்ற அடிப்படையில் E/C/G என்று மூன்று பிரிவுகளில் முதலீடு செய்து அதனை பெருக்கலாம். தனியார் நிறுவனத்தில் 30 – 35 வருடங்கள் பணிபுரிந்து ஒருவர் மாதம் ரூ.50,000 சம்பளம் வாங்கி ஓய்வு பெற்றால் அவருக்கு EPF பென்சனாக சுமார் 4 – 5 ஆயிரம் வரையே கிடைக்கும். அவருக்கு ரூ. 50,000 ஓய்வூதியம் வேண்டும் எனில் சுமார் 1 கோடி ரூபாய் சேமிப்பு இருந்தால் மட்டுமே வட்டியாக ரூ 50,000 கிடைக்கும். ரூ 25,000 ஓய்வூதியம் வேண்டும் என்றால் சுமார் 50 லட்சம் சேமிப்பு செய்திருக்க வேண்டும்.

எனவே 1 கோடியை சேமிக்க வேண்டும் என்றால் நாம் பணியில் இருக்கும் போதே ஓய்வுக்கு சுமார் 25 வருடங்கள் முன்கூட்டியே மேற்கூறிய NPSல் மாதா மாதம் சுமார் ரூ.5,000 சேமித்தால் மட்டுமே போதும். இது வருடத்திற்கு 12 % வருமானம் உயரும் என்ற அடிப்படையில் கணக்கிடப்பட்டுள்ளது.

நான் NPS திட்டம் அறிவித்த உடனே 2011 லிருந்து மாதாமாதம் NPS திட்டத்தில் ரூ.1,000 செலுத்தி வந்தேன்.

சில வருடங்களுக்கு பின்பு மாதத்தொகை 5,000 – 10,000 செலுத்தி தற்போது 2025 வரை நான் சுமார் 20 லட்சம் செலுத்தி உள்ளேன்.

எனது முதலீடு சராசரியாக ஆண்டு ஒன்றிற்கு 11 % வளர்ச்சி அடைந்து இன்று என் முதலீடு+ லாபம் சுமார் 30 லட்சமாக வளர்ந்துள்ளது. இன்னும் சுமார் 5 ஆண்டுகளில் அதாவது முதலீடு ஆரம்பித்து 20 ஆண்டுகளில் அதனை 50 லட்சமாக உயர்த்தி அதன் மூலம் சுமார் 25,000 ரூபாய் ஓய்வூதியம் பெறுவதே எனது இலக்காகும்.

NPS திட்டத்தில் நாம் சொந்தமாக அல்லது நிறுவனத்தின் மூலம் முதலீடு செய்து இன்கம்டாக்ஸ் கட்டுவதையும் சிறிது தவிர்க்கலாம்.

இந்த மேற்கூறிய 25,000 ரூபாய் எனது ஓய்வுகால வாழ்க்கைக்கு போதாது. இது ஒரு வழியிலான வருமானம் மட்டுமே. மற்ற வருமான வழியான EPF – இ.பி.எப் பற்றி அடுத்த அத்தியாயத்தில் விளக்க உள்ளேன்.

எனவே ஓய்வு பெரும் வயது வரை காத்திருக்காமல் இப்போதே இளமைக்காலத்திலேயே நாம் NPS ல் சேர்ந்து குறிப்பாக Tire1 ல் சேமிக்க ஆரம்பித்து வயதான காலத்தில் யாருடைய உதவியையும் எதிர்பாராமல் சொந்தக்காலில் நிற்பதே சிறந்ததாகும்.

உன்னுடைய கனவு
பெரியதாக இருக்கும் போது
உனது உழைப்பு கனவை
விட பெரியதாய்
இருக்க வேண்டும்..!

07

EPF – Provident Fund – இ.பி. எப்

தனியார் துறையில் வேலை பார்த்து மாத சம்பளம் வாங்குபவர்களுக்கு பி.எப் ஒரு முக்கியமான சேமிப்பாகும் என்று நான் நன்கு கண்டறிந்த உண்மையாகும். அதனை நான் தெளிவாக விளக்குகிறேன்.

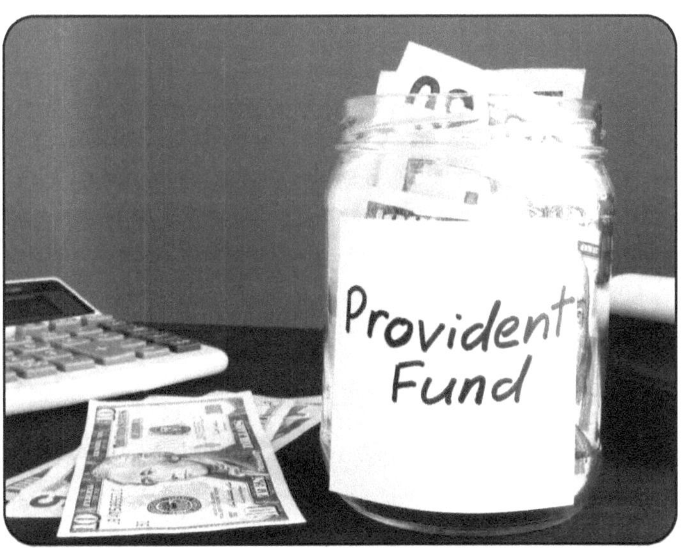

நான் 1998 ல் Grad Engineer Trainee யாக முதல் வேலையில் Rs.5,000 மாத சம்பளத்தில் சேர்ந்தேன்.

அப்போது HR மேனேஜர் கூறிய அறிவுரை – "பி.எப் பணத்தை எக்காரணம் கொண்டும் எடுக்காமல் கம்பெனி விட்டு வேறு கம்பெனி மாறினாலும் பி.எப் ஐ Transfer செய்து ஓய்வு பெரும் போது மட்டுமே பி.எப் ஐ எடுக்க வேண்டும். அப்போது தான் ஓய்வு காலத்தில் பணப் பிரச்சனைகள் இல்லாமல் நிம்மதியாக, மகிழ்ச்சியாக வாழலாம்". அந்த அறிவுரையை இன்றும் 27 ஆண்டுகளாக நான் கடைப்பிடித்து வருகிறேன்.

1998 ல் ஒரு மாதம் பி.எப் ல் Rs.500 பிடிக்கப்பட்டது. முதல் வருட இறுதியில் சுமார் Rs.10,000 எனது பி.எப் கணக்கில் சேர்ந்திருந்தது. அப்போதெல்லாம் வருடம் ஒரு முறை நீளமான சிறிய பி.எப் Slip ஒன்று பி.எப் அலுவலகத்திலிருந்து ஒவ்வொரு கம்பெனி தொழிலாளிக்கும் அனுப்புவார்கள். அதனை நான் பெறும் போது தற்செயலாக எனது நிறுவன GM ன் பி.எப் Slip ஐ பார்க்க நேர்ந்தது.

அதில் அந்த GM ன் பி.எப் தொகை சுமார் 5 லட்சமாக இருந்தது. அவர் சுமார் 20-25 ஆண்டுகள் பணியாற்றி வந்திருந்தார். அதைப் பார்த்ததில் இருந்து நான் எனது பி.எப் லும் அதே மாதிரி 5 லட்சம் சேமிக்க வேண்டும் என்று உறுதி எடுத்தேன். 1999 – 2000 ஆம் ஆண்டில் Rs.5 லட்சம் என்பது பெரிய தொகையாகும்.

1998 ஆண்டு முதல் இப்போது 2025 வரை நான் நான்கு முறை வேறு வேறு நிறுவனங்களில் பணி மாறி ஆனால் எனது பி.எப் பணத்தை எடுக்காமல் Transfer பண்ணி சேமித்து வருகிறேன். 2000 ஆம் ஆண்டில் நான் முடிவு செய்த பி.எப் தொகை 5 லட்சம். ஆனால் 2025 ஆண்டில் எனது பி.எப் சேமிப்பு தொகை சுமார் 50 லட்சமாக உயர்ந்துள்ளது. சமீப காலத்தில் நான் எனது பி.எப் இலக்கை 1 கோடியாக உயர்த்தி உள்ளேன். மேலும் 5-6 ஆண்டில் 1 கோடியை அடைந்து ஓய்வு எடுக்க வேண்டும் என்று எதிர்பார்க்கிறேன்.

இதன்மூலம் மாதம் சுமார் மாதம் ரூபாய் 50,000 வரை வருமானம் கிடைக்கும்.

நான் மட்டுமல்ல, அனைத்து இளைஞர்களும் குறைந்த மாத சம்பளம் Rs.15,000 வாங்கினாலும் தொடர்ச்சியாக பி.எப் பணத்தை எடுக்காமல் சேமித்து கம்பெனி மாறும் போதும் பி.எப் ஐ Transfer பண்ணி பி.எப் ஐ சேமித்து வைத்தால் அனைவரும் ஓய்வு பெரும் போது சுமார் 1 கோடியை நிச்சயமாக சேமிக்க முடியும். இதற்கான ஒரு கணக்கீட்டை பின்வரும் அட்டவணையில் தெளிவாக அறிய முடியும்.

சேமிப்பின் மாயாஜாலம்

இந்த அட்டவணையை நன்கு கவனித்தால் "கூட்டு வட்டி – உலகின் எட்டாவது அதிசயம்" என்பது புரியும்.

Effect of Compount Interest - PF Saving to become a Crorepathi					
Age	Salary	Basic	Self PF	Company PF	Yearly Interest	Cumulative
25	15,000	7,500	10,800	3,303	1,199	15,302
26	16,500	8,250	11,880	3,633	2,619	33,434
27	18,150	9,075	13,068	3,997	4,292	54,791
28	19,965	9,983	14,375	4,396	6,253	79,815
29	21,962	10,981	15,812	4,836	8,539	1,09,003
30	24,158	12,079	17,394	5,320	11,196	1,42,912
31	26,573	13,287	19,133	5,851	14,271	1,82,167
32	29,231	14,615	21,046	6,437	17,820	2,27,470
33	32,154	16,077	23,151	8,151	21,996	2,80,767
34	35,369	17,685	25,466	10,466	26,919	3,43,618
35	38,906	19,453	28,012	13,012	32,695	4,17,338
36	42,797	21,398	30,814	15,814	39,437	5,03,402
37	47,076	23,538	33,895	18,895	47,276	6,03,469
38	51,784	25,892	37,285	22,285	56,358	7,19,396
39	56,962	28,481	41,013	26,013	66,846	8,53,268
40	62,659	31,329	45,114	30,114	78,922	10,07,419
41	68,925	34,462	49,626	34,626	92,792	11,84,462
42	75,817	37,909	54,588	39,588	1,08,684	13,87,323
43	80,366	40,183	57,864	42,864	1,26,484	16,14,534
44	84,384	42,192	60,757	45,757	1,46,289	18,67,337
45	88,604	44,302	63,795	48,795	1,68,294	21,48,220
46	93,034	46,517	66,984	51,984	1,92,711	24,59,899
47	97,685	48,843	70,334	55,334	2,19,773	28,05,340
48	1,02,570	51,285	73,850	58,850	2,49,733	31,87,773
49	1,07,698	53,849	77,543	62,543	2,82,868	36,10,727
50	1,13,083	56,542	81,420	66,420	3,19,478	40,78,045
51	1,18,737	59,369	85,491	70,491	3,59,892	45,93,919
52	1,24,674	62,337	89,765	74,765	4,04,468	51,62,918
53	1,30,908	65,454	94,254	79,254	4,53,596	57,90,021
54	1,37,453	68,727	98,966	83,966	5,07,701	64,80,655
55	1,44,326	72,163	1,03,915	88,915	5,67,246	72,40,730
56	1,51,542	75,771	1,09,110	94,110	6,32,736	80,76,687
57	1,59,119	79,560	1,14,566	99,566	7,04,720	89,95,539
58	1,67,075	83,538	1,20,294	1,05,294	7,83,796	1,00,04,923
	Cumulative		18,61,378	13,85,643	67,57,901	

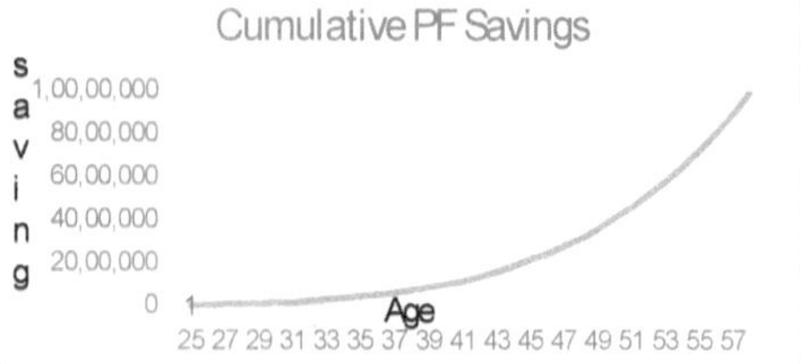

அதாவது இந்த பி.எப் சேமிப்பான 1 கோடியில் வட்டி மட்டும் 67 லட்சம் (67%). பி.எப் – அசலானது மிகவும் குறைவு 33 லட்சம் – 33%. இந்த அளவிற்கு வட்டியின் விகிதம் அபரிதமாக ஆவது கூட்டு வட்டியின் மாயாஜாலம். ஆரம்ப கால கட்டத்தில் நாம் கட்டும் பி.எப் (அசல்) அதிகமாகவும், வட்டி குறைவாகவும் இருந்த போதும் பிற்காலங்களில் அது தலைகீழாக மாறி பி.எப் (அசல்)ஐ விட வட்டி அதிகமாகி மொத்த சேமிப்பு அபரிதமாக மாறியிருக்கும். இந்த வட்டி வளர்வதை GRAPH மூலம் நன்கு அறிந்து கொள்ளலாம்.

VPF-வி.பி.எப் என்ற விருப்ப பி.எப் மூலம் 12% ஐ விட அதிகமாக சேமித்து வைத்தால் அதன் வளர்ச்சி அபரிதமாக இருக்கும்.

மேற்கூறிய கூட்டு வட்டியின் பயனை உங்களுக்கு எளிமையாக விளக்க சைனா மூங்கில் – Chinese Bamboo உதாரணத்தை கூறுகிறேன்.

சைனா மூங்கில் செடிகளை வளர்க்கும் போது ஆரம்பத்தில் நாம் எவ்வளவு நீர் ஊற்றி வளர்த்தாலும் அது வளர்ச்சி அடையாமல் அப்படியே இருக்கும். 1 – 5 ஆண்டுகள் வரையிலும் எந்த ஒரு வளர்ச்சியையும் நாம் காண முடியாது. இச்செடி வளரவில்லை என நினைத்து பின் நீர் ஊற்றாவிட்டால், செடி இறந்து விடும். செடி வளரும் என்ற நம்பிக்கையில் தொடர்ச்சியாக நீர் ஊற்றி வளர்த்தால் 5 ஆண்டுகளுக்கு பின் அதன் வளர்ச்சி அபரிதமாக இருக்கும். 6 வாரத்தில் 90 அடியாக ராட்சச வளர்ச்சி இருக்கும்.

ஆரம்பத்தில் ஊற்றிய நீரால் அந்த செடியானது தனது பூமிக்கு அடியில் வேர்களை நன்கு பலப்படுத்தி பின்னர் 5 ஆண்டுகளுக்கு பின் அதன் வளர்ச்சி பூமிக்கு மேல் அனைவருக்கும் நன்கு தெரியும் படி வளரும்.

சைனா மூங்கில்

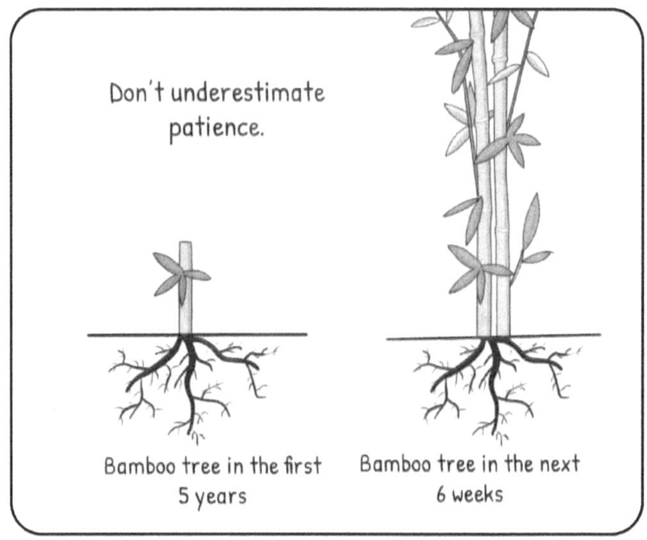

அது போன்றே பி.எப் சேமிப்பில் வட்டியின் வளர்ச்சி ஆரம்பத்தில் தெரியாது. நாம் இதனை தெரியாமல் பி.எப் ஐ எடுப்பது அல்லது கம்பெனி மாறும் போது குறைவான பணம் தானே என Transfer செய்யாமல் எடுத்து விட்டால் அந்த பி.எப் சேமிப்பு வளராமல் போய்விடும். அவ்வாறு செய்யாமல் பி.எப் ஐ வளர விட்டால் சைனா மூங்கில் போல் ராட்சச வளர்ச்சி அடைந்து நாமும் கோடீஸ்வரர்களாவது நிச்சயம்.

சேமிப்பு மூலம் யாரும் கோடீஸ்வரர்களாக மாறலாம். ஆனால் ஒரு முக்கியமான விதி. பொறுமையாக நீண்ட காலமாக சேமிக்க வேண்டும். ஆனால் பெரும்பான்மையோரின் தவறுதலாக புரிதல் என்பது குறுகிய காலத்திலேயே பணக்காரர் ஆவது அது மிகவும் கடினமாக நடக்க இயலாத ஒன்றாகும்.

"நீரைக் கூட சல்லடையில் அள்ளலாம் அது பனிக்கட்டியாகும் வரை பொறுமையாக இருந்தால்" என்பது போன்று பொறுமையாக சேமித்தால் நமது சேமிப்பு குறிக்கோளை நிச்சயம் அடையலாம்.

நாம் அனைவரும் சிறு வயதில் கேட்ட முயல் – ஆமை ஓட்டப் பந்தய கதையில் சிறிது சிறிதாக நிறுத்தாமல் தொடர்ச்சியாக சென்ற ஆமை போன்றே நாமும் சிறிது சிறிதாக தொடர்ச்சியாக சேமித்தால் பிற்காலத்தில் நமது சேமிப்பு குறிக்கோளை நிச்சயம் அடையலாம்.

08

கூட்டு வட்டி அதிசயம் – Effect of Compound Interest

Compound Interest – **கூட்டு வட்டி என்பது உலகின் எட்டாவது அதிசயம்** என்று கூறப்படுகிறது. அதாவது கூட்டு வட்டி என்பது மிக அதிகபட்ச பலன்களை அளிக்கும். இதன் பலனை PF பற்றிய அத்தியாயத்தில் ஏற்கனவே விளக்கியுள்ளேன்.

வாரன் பப்பெட்டின் வாழ்க்கையில் அவரது சொத்து மதிப்பு உயர்வில் கூட்டு வட்டி அதாவது நெடுநாளைய

முதலீடு பிற்காலத்தில் நல்ல பயனை கொடுத்துள்ளது என்பதை அறிந்து கொள்ளலாம்.

வாரன் வயது மற்றும் வருமானம் தொடர்பான வரைபடத்தை கீழே காணலாம். இதில் பார்த்தால் அவரது 30 வயதில் 10 லட்சம் டாலர் மற்றும் 37 ஆவது வயதில் 1 கோடி டாலர் மற்றும் 56 ஆவது வயதில் 140 கோடி டாலர், 87 வயதில் 834 கோடி டாலர் அதற்கு பின் 92 வயதில் 10,900 கோடி டாலர் ஆக உள்ளது.

இதுவே கூட்டு வட்டி (Compund Interest)ன் மிக சிறந்த உதாரணமாகும். ஆரம்பத்தில் வளர்ச்சி குறைவாக இருந்த போதும் பிற்காலத்தில் அதன் அசுர வளர்ச்சியை

காணலாம். எனவே பங்குச்சந்தை / மியூச்சுவல் பண்ட்/NPS /EPF ல் நெடுங்காலம் முதலீடு செய்தால் மிகசிறந்த லாபம் கிடைக்கும் என்பது பெரிய உண்மையாகும்.

உதாரணத்திற்கு உங்களிடம் உடனடியாக 1 கோடி ரூபாய் வேண்டுமா அல்லது ஒரு மந்திர 1 ரூபாய் காயின் – அது ஒவ்வொரு நாளும் 2 மடங்காக மாறி 30 நாட்கள் மந்திரம் வேலை செய்வது வேண்டுமா என்றால் பெரும்பாலானோர் 1 கோடி ரூபாய் தான் தேர்வு செய்வர்.

ஆனால் அது தவறு. 1 ரூபாய் மந்திரக் காயின் இரண்டாம் நாளில் 2 ரூபாயாகவும் மூன்றாம் நாளில் 4 ரூபாயாகவும், நான்காம் நாளில் 8 ரூபாயாக அப்படியே தொடர்ந்து 18 ஆம் நாளில் ரூபாய் 1,31,072 ஆகவும் 24 ஆம் நாளில் ரூபாய் 83,88,600 ஆகவும் 30 ஆம் நாளில் 53 கோடி ஆக வளர்ந்திருக்கும்.

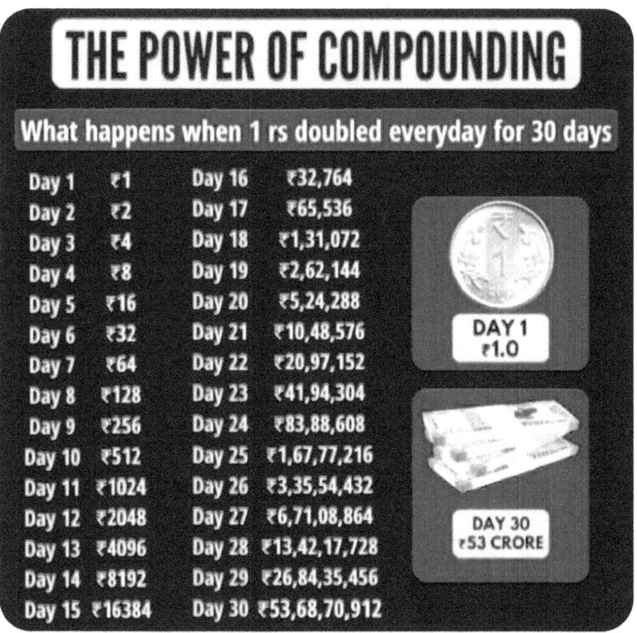

எனவே கூட்டு வட்டி – Compound Interest மிகவும் வலிமையானது என்பதை அனைவரும் புரிந்து கொள்ளலாம்.

இதைப்பற்றி மேலும் விளக்க மகாபாரதத்தில் ஒரு நிகழ்வினை கூற விரும்புகிறேன்.

மகாபாரத போருக்கு முன்பு அர்ஜுனனும் துரியோதனனும் பகவான் கிருஷ்ணனை சந்தித்து அவரது ஆதரவை போரில் தங்களுக்கு வழங்குமாறு கேட்டனர். அப்போது கிருஷ்ணன் இரண்டு பேருக்கு எப்படி ஆதரவு அளிப்பது என யோசித்து ஒரு யோசனையை கூறினார். அதாவது கிருஷ்ணரின் ஒரு லட்சம் படைவீரர்கள் ஆயுதங்களுடன் வேண்டுமா அல்லது கிருஷ்ணர் மட்டும் தனியாக ஆயுதம் ஏந்தாமல் வேண்டுமா என இருவரிடம் கேட்டார். அப்போது துரியோதனன் உடனே எனக்கு 1 லட்சம் வீரர்கள் உள்ள கிருஷ்ணரது படையே வேண்டும் என்று கேட்டார். அர்ஜுனனோ ஆயுதம் ஏந்தி போர் புரியாவிட்டாலும் கிருஷ்ணர் ஒருவரே போதும் என்று வேண்டினார்.உங்கள் அனைவருக்கும் தெரிந்தது போல் போரில் கிருஷ்ணர் ஒருவரது ஆலோசனை /மாயை மூலம் அர்ஜுனனின் பாண்டவர்களே வெற்றி பெற்றனர்.

இக்கதை மேற்கூறிய உதாரணமான 1 கோடி ரூபாய் அல்லது ஒரே ஒரு ரூபாய் மந்திர காயினை போன்றது. ஆகவே கூட்டு வட்டி மாயாஜாலம் தரும். பி.எப், மியூச்சுவல் பண்ட் மற்றும் பங்கு சந்தையில் முதலீடு செய்து நெடுங்காலம் பொறுமையாக இருந்தால் நாமும் சிறந்த செல்வந்தர் ஆகலாம்.

09

தங்கம்/நில முதலீடு

பங்கு சந்தை அல்லது மியூச்சுவல் பண்டில் விருப்பம் இல்லாதவர்கள் தங்கம் அல்லது நிலத்தில் முதலீடு செய்வது அவசியமாகிறது. ஏனென்றால் இந்த இரண்டில் சில சமயங்களில் பங்கு முதலீட்டைவிட லாபம் அதிகமாகவும், அபாயங்கள் குறைவாகவும் உள்ளது.

தங்கம் விலை 2000 ஆம் ஆண்டில் கிராம் ஒன்றுக்கு Rs.500 ஆக இருந்து 2010ல் Rs.1850 ஆகவும் 2020ல் Rs.4800 ஆகவும் 2025 ஏப்ரலில் சுமார் Rs 9,000 ஆகவும் உயர்ந்துள்ளது. 25 வருடத்தில் சுமார் 18 மடங்கு வளர்ந்துள்ளது. எனவே மாதா மாதம் ஒரு தொகையை தங்க முதலீட்டிற்கு ஒதுக்கி அதனை Gold ETF என்ற ஷேர் ஆகவோ அல்லது Gold பாண்ட்/ Gold மியூச்சுவல் பண்ட் ஆகவோ அல்லது தங்க நகை / காயினாகவோ சேமித்து வைத்தால் எதிர்காலத்தில் நம் குழந்தைகள் திருமணம் அல்லது மேற்படிப்பிற்கு உதவிகரமாக இருக்கும்.

அதுபோல நன்கு ஆராய்ந்து நிலம் வாங்கினாலும் குறிப்பிட்ட வருடங்களுக்குப் பின் நல்ல லாபத்தை கொடுக்கும். வாங்க உள்ள இடத்தின் வருங்கால வளர்ச்சி மற்றும் நிலத்தின் உரிமை சம்மந்தப்பட்ட பத்திரங்களின் உண்மை தன்மையை நன்கு அறிந்த வழக்கறிஞர் உதவியுடன் ஆராய்ந்து வாங்கி அதனை அடிக்கடி சென்று பார்வையிட்டு வந்தால் பிற்காலத்தில் நமக்கு அல்லது நமது சந்ததிகளுக்கு வீடுகட்டலாம் அல்லது விற்பனை செய்து நல்ல லாபம் காணலாம்.

10

காப்பீடு – இன்சூரன்ஸ்

இதுவரை பல்வேறு அத்தியாயங்களில் வெவ்வேறு வகையான முதலீடுகளை பற்றி அறிந்தோம். அதனை பின்பற்றி முதலீடு செய்து வரும் குடும்பத்தின் ஊதியம் ஈட்டி வருபவருக்கு திடீரென ஏதாவது விபத்து / நோய் வாய்ப்பட்டு இறக்க நேரிட்டால் பாதியிலே முதலீடு நிறுத்தப்பட்டு அக்குடும்பம் பரிதவிக்கும் நிலை ஏற்படலாம். அப்போதும் அக்குடும்பம் நிதிப் பிரச்சினை இல்லாமல் இருக்கவே சிறந்த காப்பீடு அவசியமாகும். எனவே இதற்காக உள்ள வெவ்வேறு காப்பீடுகளை பற்றி இந்த அத்தியாயத்தில் விளக்கமாக அறியலாம்.

1. டேர்ம் இன்சூரன்ஸ்

2. மணி பேக் (Money Back) பாலிசி

3. யூலிப் பாலிசி

4. மெடிகிளைம் பாலிசி

5. வீடு / வாகன / டிராவல் பாலிசி

டேர்ம் இன்சூரன்ஸ்

ஒருவர் குறைந்தபட்சம் 5-10 ஆண்டு வருமானம் அளவிற்கு இன்சூரன்ஸ் பாலிசி எடுக்க வேண்டும். அதாவது மாதம் 50 ஆயிரம் சம்பளம் வாங்கும் ஒருவர் 50000 *12 *5 = 30 லட்சம் – 60 லட்சம் டேர்ம் இன்சூரன்ஸ் பாலிசி எடுத்திருக்க வேண்டும்.

அதாவது சம்பாதிப்பவர் திடீரென இறக்க நேர்ந்தால் குறைந்தது 5 வருடங்கள் – 10 வருடங்கள் அவரது குடும்பம் அவரது இழப்பின் பொருளாதார பாதிப்பு அறியாமல் வாழ முடியும்.

25 முதல் 30 வயதுடைய ஒருவருக்கு 50 லட்சம் காப்பீடு எடுக்க மாதம் சுமார் Rs.500 மட்டுமே தேவைப்படும். இது 1 காபி / டீ குடிக்க ஆகும் மாத செலவு போன்ற குறைந்த தொகையே .

இந்த டேர்ம் இன்சூரன்ஸ் பாலிசி பிரீமியத்தை ஆட்டோமடிக்காக மாதா மாதம் நம் வங்கி/ கிரெடிட் கார்டு கணக்கிலிருந்து செலுத்தும்படி செய்ய வேண்டும். இல்லையெனில் சில நேரம் பணம் கட்ட தவறி பாலிசி காலாவதி ஆகிவிடும். இத்தகைய டேர்ம் பாலிசியில் பாலிசி காலம் (25-30 வருடங்கள்) முடிந்த உடன் எந்த வித முதிர்வுத்தொகையும் கிடைக்காது. ஆனால் பாலிசி காலத்தில் ஏதாவது அசம்பாவிதம் நடந்தால் மட்டுமே பாலிசித்தொகை மொத்தமாக கிடைக்கும். எனவே ஒவ்வொருவரும் கண்டிப்பாக 5 அல்லது 10 வருட சம்பளத்திற்கான தொகைக்கான ஒரு டேர்ம் பாலிசி எடுத்து மாத பிரீமிய தொகையை மறக்காமல் கட்டவேண்டும்.

மணிபேக் பாலிசி (Money back Policy)

இந்த பாலிசியில் பாலிசித்தொகை குறிப்பிட்ட வருடத்தில் குறிப்பிட்ட சதவீதத்தில் திருப்பி அளிக்கப்படும். பாலிசி காலத்தில் ஏதேனும் அசம்பாவிதம் நடந்தால் மொத்த பாலிசித் தொகையும் கிடைக்கும். ஆனால் இந்த பாலிசி டேர்ம் பாலிசியை விட வித்தியாசமானது. பாலிசி எடுக்கும் தொகைக்கேற்ற பிரிமியம் தொகையும் அதிகமாக கட்ட வேண்டும். 50 லட்சத்திற்கான டேர்ம் இன்ஸூரன்ஸ் பிரிமியம் மாதம் சுமார் 500 ரூபாய் மட்டுமே. ஆனால் 50 லட்சத்திற்கான மணிபேக் பாலிசிக்கு மாதம் 20,000 ரூபாய்க்கு மேல் கட்ட வேண்டி இருக்கும். எனவே பெரும்பாலான நடுத்தர மக்கள் 1-5 லட்சம் வரை மட்டுமே மணி பேக் பாலிசி கட்டி வருகின்றனர். என்னை பொறுத்தவரையில் டேர்ம் இன்சூரன்ஸ் மட்டுமே போதுமானது. அதை தவிர மீதி பணம் இருந்தால் அதனை RD/ மியூச்சுவல் பண்டில் முதலீடு செய்தால் அது மணி பேக் பாலிசியை விட அதிக லாபம் பெற்றுத்தரும்.

யூலிப் பாலிசி (Unit Linked Policy)

இந்த யூலிப் பாலிசியில் பிரிமியம் செலுத்தும் போது இன்சூரன்ஸ் உடன் பங்கு சந்தையிலும் முதலீடு

செய்யப்படும். அதாவது இன்சூரன்ஸ் பிரிமியம் தவிர மிச்ச பணம் மியூச்சுவல் பண்ட் யூனிட்களாக நமது கணக்கில் வரவு வைக்கப்படும். பாலிசி காலத்திலும் ஏதேனும் அசம்பாவிதம் நடந்தால் பாலிசி தொகை + யூனிட்களின் மதிப்பும் இல்லையெனில் பாலிசி முதிர்ச்சி அடையும் போது சேர்ந்துள்ள மொத்த யூனிட்களின் மதிப்பு தொகை கிடைக்கும். என்னை பொறுத்தவரை இன்சூரன்சையும் முதலீட்டையும் கலக்கக்கூடாது. இன்சூரன்ஸ் வேறு மற்றும் முதலீடு என்பது வேறு. தனித்தனியாக இரண்டையும் செய்ய வேண்டும். ஆனால் பெரும்பாலோனோர் நிதியாண்டு முடியும் தருவாயில் இன்கம்டாக்ஸ் கட்டுவதை தவிர்க்க சிலரது தவறான அறிவுரையில் யூலிப் பாலிசி எவ்வாறு வேலை செய்கிறது, எப்படி நமக்கு பணம் திரும்ப கிடைக்கும் என்பதை அறியாமல் யூலிப் பாலிசியில் இணைந்து சில வருடங்கள் மட்டுமே பணம் கட்டி மறுபடியும் பெரிய லாபம் இல்லாமல் வெளியேறி வருகின்றனர். எனவே நான் திரும்ப திரும்ப கூறுவது டேர்ம் இன்சூரன்ஸ் மட்டுமே எடுத்து விட்டு மீதப்பணத்தை மியூச்சுவல் பண்ட் /NPS /RD ல் செலுத்துவது நல்ல பலனை தரும்.

ஆகையால் சிலரின் வற்புறுத்தல் காரணமாக அவசர அவசரமாக பாலிசி பற்றி புரிதல் இல்லாமல் எப்போதும் எந்த பாலிசியையும் எடுக்க வேண்டாம். அலசி ஆராய்ந்து பின்னரே நமக்கு பொருத்தமான பாலிசியை எடுத்து பாலிசி காலம் முடியும் வரை கட்டுவதே சிறந்ததாகும்.

மெடிக்ளைம் பாலிசி (மருத்துவக்காப்பீடு பாலிசி)

மேலே குறிப்பிட்ட டேர்ம் /மணிபேக் / யூலிப் பாலிசியில் பாலிசி முதிர்ச்சி அடையும் போது அல்லது ஏதாவது மரணம் நேரிட்டால் மட்டுமே காப்பீட்டுத்தொகை கிடைக்கும். ஆனால் இப்போதுள்ள உணவுப் பழக்கவழக்கங்கள் மற்றும் சமூக சூழல் காரணமாக பல்வேறு விதமான நோய்களாலும், எதிர்பாரா விபத்துகளிலும் நாம் மருத்துவமனையில்

அனுமதிக்கப்பட்டு செலவு செய்ய வேண்டி உள்ளது. அப்போது எந்த ஒரு மருத்துவ காப்பீடும் இல்லை என்றால் நாம் அதுவரை சிறிது சிறிதாக முதலீடு செய்து வைத்த தொகையில் பெரும்பகுதியை மருத்துவ செலவிற்காக இழக்க வேண்டியிருக்கும்.

இதனை தவிர்க்க அனைவரும் குடும்ப உறுப்பினர்கள் அனைவருக்குமான ஒரு மெடிக்ளைம் பாலிசி எடுக்க வேண்டும். அதனையும் வருடம் தவறாமல் பாலிசியை பிரிமியம் செலுத்தி புதுப்பித்து வர வேண்டும். நமக்கு சில ஆண்டுகளாக உடலில் எந்த பிரச்சனையும் இல்லை என நினைத்து பிரிமியம் கட்டாத போது திடீரென உடல்நிலை சரியில்லை என மருத்துவமனையில் அனுமதிக்கப்பட்டால் பெறும் செலவு செய்ய வேண்டியிருக்கும்.

நாம் பணி புரியும் நிறுவனங்களில் 1-3 லட்சம் மருத்துவ காப்பீடு இருந்தாலும் நாம் மேலும் டாப்அப் பாலிசி ஆக 5-10 லட்சம் மருத்துவ காப்பீடு செய்வது மிகவும் பலனளிக்கும். இது குறைவான ப்ரிமியத்தில் அதிக காப்பீடு கிடைக்கும். எனவே கண்டிப்பாக மெடிக்ளைம் பாலிசி மற்றும் தேவைப்படுவோர் டாப்அப் பாலிசி எடுப்பது மிகவும் நல்லது. ஏற்கனவே எடுத்த பாலிசி தொகை முடிந்தவுடன் மட்டுமே டாப்அப் பாலிசியை பயன்படுத்த முடியும்.

இதர பாலிசி

மேற்கூறிய டேர்ம் இன்சூரன்ஸ் மற்றும் மெடிக்ளைம் பாலிசியை தவிர சொந்த வீடு உடையவர்கள் வீட்டிற்கான காப்பீடு எடுக்கும் பட்சத்தில் வெள்ளம் /நிலநடுக்கம் / கொள்ளை நடந்தால் தகுந்த காப்பீடு கிடைக்கும். அதுபோல் பைக் /கார் உடையவர்கள் தவறாமல் ஆண்டிற்கு ஒருமுறை வாகன காப்பீடு எடுக்கும்பட்சத்தில் விபத்து/வெள்ளம் / திருட்டு நடக்கும்போது உரிய காப்பீடு கிடைத்து நமது செலவை குறைக்கலாம். எந்தெந்த தேதிகளில் மேற்கூறிய

பாலிசிகள் காலாவதி ஆவதை குறித்து வைத்து தவறாமல் பிரிமியம் செலுத்தி பாலிசியை புதுப்பித்துக் கொண்டே இருக்க வேண்டும்.

அதுபோல ரயில்/பஸ் மற்றும் விமான பயணங்களின் போதும் டிக்கெட்டுடன் சேர்த்து அளிக்கப்படும் இன்சூரன்ஸ் தொகை – பஸ்/ரயில் (Rs.10-20), விமான பயணம் (Rs100-200) செலுத்தும் பட்சத்தில் காலதாமதம்/விபத்து/பொருட்கள் தொலைதல் போன்றவற்றிற்கான காப்பீடு கிடைக்கும்.

எனவே நாம் சிறுக சிறுக சேமித்து வைத்து முதலீடு செய்யும் போது சிறிய தொகையை மேற்கூறிய வெவ்வேறு இன்சூரன்ஸ் பாலிசி எடுத்து ஏதாவது அசம்பாவிதம் நடைபெற்றாலும் நாம் நமது பணத்தை செலவு செய்வதை தவிர்த்து பலன் பெறலாம். எனவே இன்றே உங்கள் இன்சூரன்ஸ் தேவைகளை அறிந்து உரிய பாலிசிகளை காலம் தாமதிக்காமல் உடனடியாக எடுக்கவும்.

ARE
YOU
COVERED?

11

கிரெடிட்கார்டில் சேமிப்பு

வெவ்வேறு விதமான முதலீடுகளை இதுவரை முந்தைய அத்தியாயங்களில் விளக்கமாக பார்த்தோம். ஆனால் இதற்கு அடுத்து கிரெடிட் கார்டு பற்றி விளக்க உள்ளேன். மற்றவையெல்லாம் முதலீடு சம்மந்தப்பட்டது. ஆனால் கிரெடிட் கார்டு செலவு செய்வதற்கான ஒரு பொருள். இதனை ஏன் விளக்க போகிறேன் என்றால் கிரெடிட் கார்டை மிகச்சரியாக பயன்படுத்தினால் இதன் மூலமும் நாம் நிறைய சேமிக்கலாம்.

கிரெடிட் கார்டு பயன்படுத்துவது என்பது நாம் ஒரு கத்தியை பயன்படுத்துவது போன்றதாகும். கத்தியை பாதுகாப்பாக உபயோகித்தால் சமையலறையில் காய்கறிகள் மற்றும் பழங்கள் நறுக்கலாம். ஆனால் பாதுகாப்பின்றி உபயோகித்தால் கையில் ரத்தக்காயம் ஏற்பட்டு அவதிப் பட வேண்டி இருக்கும்.

கிரெடிட் கார்டு பயன்படுத்தி மிகவும் தேவையான பொருட்கள் /சேவையை பெற்று முழு தொகையையும் குறிப்பிட்ட தேதிக்கு முன்னரே செலுத்திவிட்டால் எந்த ஒரு பிரச்சனையும் இல்லை. முழுப் பணம் செலுத்தாவிட்டாலும், குறித்த தேதிக்கு பின்னர் செலுத்தினாலும் வட்டி அல்லது அபராதம் செலுத்த வேண்டியிருக்கும். கிரெடிட் கார்டு பில்லில் கட்டாத தொகைக்கு சுமார் மாத வட்டியாக 3% அதாவது 36 % வருட வட்டி கணக்கிடப்பட்டு சில சமயம் வட்டியே அசலுக்கு மேல் கட்டவேண்டி வரும். எனவே கிரெடிட் கார்டை முறையாகவும், பாதுகாப்பாகவும் கையாளவேண்டும்.

சில கிரெடிட் கார்டை நாம் பயன்படுத்தும்போது ரிவார்ட் பாயிண்ட்கள் கிடைக்கும். அதன் மூலம் நாம் பிளைட் டிக்கெட், தாஜ் ஹோட்டல், அமேசான்/ பிளிப்கார்ட் வவுச்சர்கள் பெறமுடியும். மேலும் ஏர்போர்ட்டில் உள்ள Lounge ல் வெறும் 2 ரூபாய்க்கு வேண்டிய மட்டும் உணவு எடுத்துக்கொள்ளலாம். நான் கீழ்க்கண்ட கிரெடிட் கார்டுகளின் ரிவார்ட் பாயிண்ட்கள் மூலம் நான், எனது குடும்பம்+ பெற்றோர் டில்லிக்கு Air India Flight ல் சென்று எவ்வித செலவும் இல்லாமல் Taj Hotel ல் தங்கி Taj Mahal பார்த்துவிட்டு சென்னை மற்றும் டெல்லி Airport Lounge லும் சாப்பிட்டு வந்தோம்.

1. American Express – Reward Card/ Gold Card/ Platinum Travel Card.

2. Axis Atlas credit card

3. SBI Air India Card

மேற்கண்ட கிரெடிட் கார்டு பயன்படுத்தி ஸ்கூல் பீஸ், இன்சூரன்ஸ் மற்றும் அனைத்து மளிகை பொருட்கள் வாங்கி பில் தொகை முழுவதையும் குறித்த தேதிக்கு முன்னரே கட்டி விடுவதால் நான் ரிவார்ட் பாயிண்ட் (5-10%) மூலம் மாதம் சுமார் 5 ஆயிரம் சேமிக்கின்றேன்.

கார்/பைக்கிற்கு பெட்ரோல் போடும்போது SBI BPCL கார்டு மூலம் பயன்படுத்தினால் 7.5% ரிவார்ட் பாயிண்ட் ஆக கிடைக்கும். அதனை பயன்படுத்தி ஒரு வருடத்தில் ஒரு மாதம் நான் இலவசமாக பெட்ரோல் போடுகிறேன். எனவே ஒவ்வொரு விதமான செலவுக்கு ஒரு குறிப்பிட்ட கிரெடிட்

கார்டை பயன் படுத்துவதால் நான் ஒரு குறிப்பிட்ட தொகை சேமிக்கின்றேன்.

எனவே சரியான கிரெடிட் கார்டு பெற்று முறையாக பயன்படுத்தினால் இதன் மூலமும் நாம் நிறைய சேமிக்கலாம்.

12

செய்யக்கூடாத தவறான முதலீடுகள்

இதுவரை சரியான முதலீடுகள் மற்றும் காப்பீடு பற்றி அறிந்தோம். அதேபோல் எவ்வாறு தவறான முதலீடுகள்/ கடன்கள் நம்மை பாதிக்கும் என்பதையும் தெரிந்துகொள்வோம்.

அதிக வட்டி முதலீடு

சில முதலீட்டில் மாதம் 8 % அல்லது 10 % வட்டி என விளம்பரப் படுத்தப்பட்டு ஆரம்பத்தில் சேர்வோர்க்கு மட்டும் 1 லட்சத்திற்கு மாதம் 8 ஆயிரம் வட்டி கொடுப்பார்கள். போக போக நிறைய பேர் முதலீடு செய்த உடன் நடத்துபவர்கள் காணாமல் போவார்கள்.உதாரணம் ஆருத்ரா கோல்டு. இதில் ஏராளமானவர்கள் கடன் வாங்கி மொத்த தொகையை அதிக வட்டிக்கு ஆசைப்பட்டு பணம் கட்டி பின்னர் வட்டி மற்றும் போட்ட பணம் கிடைக்காமல் கஷ்டப்பட்டு தற்கொலை வரை சென்றிருக்கின்றனர்.

எனவே அதிக வட்டிக்கு ஆசைப்பட்டு தவறாக முதலீடு செய்வதை தவிர்க்க வேண்டும். அதுபோல சிலர் பங்கு சந்தையில் நம் சார்பாக அவர்கள் முதலீடு செய்து மாதம் 10 முதல் 20% வருமானம் கிடைக்கும் என்ற விளம்பரத்தை நம்பி ஏமாந்திருக்கின்றனர்.

இப்போதுள்ள சூழலில் வருடத்திற்கு 10% வட்டிக்கு மேல் யார் கொடுக்கிறேன் என்றாலும் நம்பக்கூடாது. நாம் கஷ்டப்பட்டு உழைத்து சேமிக்கும் பணத்தை நாமே வங்கி/ போஸ்ட் ஆபீஸ் மூலம் RD/மியூச்சுவல் பண்ட்/ஷேர்/NPS ல் மட்டுமே முதலீடு செய்ய வேண்டும்.

அதுபோல் கிரெடிட் கார்டில் முழு தொகையையும் கட்டாமல் மினிமம் தொகையை கட்டினால் பெரும் தொகையை வட்டியாக கட்டவேண்டி வரும். மேலும் கிரெடிட் கார்டு மூலமாக பணமாக ATM ல் எடுத்தாலும் அதற்கு அதிக வட்டி வசூலிக்கப்படுவதால் அதனை தவிர்ப்பது மிகவும் நல்லது.

பா.சுரேஷ்

ஆன்லைன் ரம்மி மற்றும் ட்ரீம் டெவன் போன்ற ஆன்லைன் கேம்களில் பணம் செலுத்தி விளையாடி பணம் இழப்பதை கண்டிப்பாக தவிர்க்க வேண்டும்.

ஏதாவது லோன் எடுக்கும்போதும் வங்கிகளில் முறையாக விண்ணப்பித்து குறைந்த வட்டிக்கு வாங்காமல் மொபைல் ஆப் மூலம் உடனடி கடன் என்று ஆசைப்பட்டு விண்ணப்பித்து ஒரே கிளிக்கில் லோன் பெற்றால் நிறைய பிரச்சனைகளை சந்திக்க வாய்ப்பு உள்ளது. சில நேரங்களில் ஒரு தவணை தாமதம் ஆகும் போதும், சில சமயங்களில் முழுத்தொகையையும் செலுத்திய பின்னரும் மேலும் குறிப்பிட்ட தொகையை கட்டுமாறு தொந்தரவு செய்யப்பட

வாய்ப்பு அதிகம். தவறும்பட்சத்தில் நம் மொபைல் காண்டக்ட்டில் உள்ள நமது நண்பர் /உறவினர்களுக்கு போன் செய்தோ அல்லது சில புகைப்படங்களை மார்பிங் செய்தும் மிரட்டப்படும் சூழ்நிலை நிறைய பேர்களுக்கு நடந்து போலீஸ் ஸ்டேஷன் வரை கொண்டு போக வாய்ப்புள்ளது.

எனவே கடனுக்கு RBI அனுமதி பெற்ற பெரிய வங்கிகளில் மட்டும் விண்ணப்பித்து லோன் பெற வேண்டும்.

13

வாரன் பப்பெட் – தலைசிறந்த முதலீட்டாளர்

வாரன் பப்பெட் அவர்கள் 11 வயதிலிருந்து பங்கு சந்தையில் நுழைந்து 13 ஆம் வயதில் இன்கம் டாக்ஸ் காட்டியவர். இவ்வாறு உலகின் தலைசிறந்த முதலீட்டாளராக மாறிய இவர் சிக்கன வாழ்க்கை, நல்ல முதலீட்டு கொள்கை மூலம் சம்பாதித்த பணத்தில் 1996 ஆம் ஆண்டில் அவரது சொத்தில் 99 சதவீதத்தை ஏழை மக்களின் வாழ்விற்கும், முன்னேற்றத்திற்கும் பயன்படுமாறு பில்கெட்ஸ் நடத்தும் அறக்கட்டளைக்கு கொடுத்துவிட்டார்.

நினைத்து பாருங்கள். யாராவது அவரோடது சொத்தில் அவர் உயிருடன் இருக்கும் போதே 99% தொண்டு நிறுவனத்திற்கு தருவார்களா ? ஆனால் வாரன் கொடுத்தார். அதன்பின் அவரது சொத்து வெறும் 1% தான் என நினைத்தால் தவறு. மறுபடியும் அவரது சொத்து உயர தொடங்கி உள்ளது. அவர் நன்கொடையும் தொடர்ந்து வழங்கி வருகிறார். அவரது சொத்து மதிப்பும் உயர்ந்து 2025ல் சுமார் 16,300 கோடி டாலர்கள். அதாவது இந்திய மதிப்பில் அவரது சொத்து 14 லட்சம் கோடி ஆகும்.

உலகின் மிகசிறந்த முதலீட்டாளரான வாரன் பப்பெட்டின் வாழ்க்கையில் இருந்து ஒரு சில முக்கிய கருத்துக்களை தெரிந்து கொண்டு நாமும் அவற்றை முடிந்த வரை கடைப்பிடித்து நம் முதலீட்டை பெருக்க முயற்சிக்க வேண்டும்.

- வாரன் பப்பெட்டின் வீடு மற்றும் அலுவலகம் 60-70 வருடங்களுக்கு முன்னர் வாங்கியது. புத்தம் புதிது அல்ல .

- வாரன் சாதாரண விலையில் கிடைக்கும் காலை உணவே எடுத்து கொள்வார்.

- வாரன் தினசரி பேப்பர்களில் கிடைக்கும் தள்ளுபடி கூப்பன்களை கடைகளிலும் /ஹோட்டல்களிலும் பயன்படுத்துவார்.

- வாரன் விலை உயர்ந்த கார்கள் வாங்காமல் விலை மலிவான கார்களையே வாங்குவார்.

- வாரன் அவரது முதல் குழந்தை பிறந்தபோது அவர் ஒரு அலமாரியின் கப்போர்டையே குழந்தையின் தொட்டிலாக மாற்றி அமைத்தார்.

* வாரன் இரண்டாம் குழந்தை பிறந்தபோதும் புதுத்தொட்டில் வாங்காமல் நண்பரிடம் பழைய தொட்டிலை கடனாக பெற்று உபயோகித்தார்.

வாரன் பப்பெட்டின் பின்பற்ற வேண்டிய பொன்மொழிகள்

1. சிறந்த முதலீடு என்பது நம்மை நாமே எவ்வாறு வளர்த்து கொள்வது என்பதாகும். நம்முடைய சிறப்பான திறன்களை கண்டறிந்து மேலும் பயிற்சி பெற்று வளர்வதே சிறப்பாகும். அத்திறனை யாராலும் எப்போதும் நம்மிடம் இருந்து பறிக்க முடியாது.

2. செலவுக்குப் பின்னர் மிச்சமிருப்பதை சேமிக்காமல், சேமித்த பிறகு மிச்சமிருப்பதை செலவிடுங்கள்.

3. ஒருபோதும் ஒரு வருமானத்தை மட்டுமே நம்பி இருக்காதீர்கள். பல்வேறு முதலீடுகள் மூலம் அடுத்த வருமானத்திற்கு முயற்சி செய்யுங்கள்.

4. நாம் தூங்கும் போதும் நம் முதலீடு நமக்காக வேலை செய்ய வேண்டும். இல்லையெனில் நாம் சாகும் வரை வேலை செய்து கொண்டே இருக்க வேண்டும்.

5. உங்களுக்கு தேவையில்லாத பொருட்களை தொடர்ந்து வாங்கினால், விரைவில் உங்களுக்கு தேவையான பொருட்களை விற்க நேரிடும்.

6. உங்களால் உணர்ச்சிகளை கட்டுப்படுத்த முடியாவிட்டால், உங்களால் உங்கள் முதலீட்டை கட்டுப்படுத்த இயலாது. பங்குசந்தையில் அனைவரும் பேராசைப்படும்போது (பங்குச்சந்தை உயரும் போது) பயப்படவும். அனைவரும் பயந்து ஓடும் போது (பங்குச்சந்தை விழும் போது) பேராசை கொண்டவராகவும் இருக்கவேண்டும்.

7. நீங்கள் பணத்தை பாதுகாத்து சேமித்தால், அந்த பணம் உங்களை பாதுகாக்கும்.

8. பங்குகளை 10 ஆண்டு காலம் வரை வைத்து கொள்ளும் திட்டம் வைத்து கொள்ள விரும்பாவிட்டால் 10 நிமிடம் கூட அதுகுறித்து நீங்கள் சிந்தித்து வாங்க வேண்டாம்.

9. உங்களைவிட சிறந்தவர்களுடனே பழகி உங்களது நேரத்தை செலவிட்டால் உங்களின் வாழ்க்கையும் சிறப்பாக மாறும்.

10. முயற்சி செய்தால் பணக்காரன் ஆவேன் என்பதை எப்போதும் நம்புங்கள். சந்தேகமே படக்கூடாது.

14

ஆசை மட்டும் போதாது. முயற்சிகளும் தேவை.

ஒரு சுய முன்னேற்றம் பற்றிய கருத்தரங்கம் நடைபெற்றுக் கொண்டிருந்தது. அதன் நடுவே அந்த பேச்சாளர் அவரது பர்சில் இருந்து Rs.500ஐ எடுத்து திடீரென "இப்பணம் யாருக்கு வேண்டும்?" என்று மைக்கில் அறிவித்தார். அனைவரும் ஒருவரை ஒருவர் பார்த்து கிசுகிசுப்பாக பேசிக்கொண்டனர். ஒருசிலர் ஏன் எதற்காக இதை கேட்கிறார் எனவும் ஒரு சிலர் "நாம் கை தூக்கினால் மற்றவர் நம்மை பற்றி கேவலமாக நினைப்பார்கள் " என்றும் மற்ற ஒரு சிலர் " நாம் சென்று 500 ஐ கேட்டால் அதில் ஏதாவது புதிர் / ட்ரிக் இருக்குமோ என்றும் நினைத்து அமைதியாகவே இருந்தனர்.

ஆனால் ஒரே ஒருவர் மட்டும் உடனே எழுந்து சென்று மேடைக்கு சென்று எனக்கு இந்த 500 ரூபாய் வேண்டும் என்று நேரடியாக தைரியமாக கூற உடனே அந்த பயிற்சியாளர் அவரிடம் அந்த 500 ரூபாயை கொடுத்து அனுப்பிவிட்டார், உடனே அங்கிருந்த நிறையபேர் "நாம் தவறாக நினைத்து 500 ஐ தவற விட்டு விட்டோமே" என நினைத்து வருந்தினார்கள் .

எனவே இக்கதைமூலம் நமக்கு தேவை என நாம் முடிவு செய்தால் உடனடியாக செயலில் இறங்கிட வேண்டும். மற்றவர் பற்றி யோசித்து கொண்டே தாமதம் செய்தால் நம்மால் நமது குறிக்கோளை அடையமுடியாது.

இதேகதை போன்று ஒரு உண்மையான வேடிக்கையான நிகழ்ச்சி எனக்கும் நடந்தது. ஒருநாள் நான் அலுவலகத்திற்கு செல்லும்போது அந்த மழை காலத்தில் ரோட்டின் அருகே அதிகமாக தண்ணீர் சென்று கொண்டிருந்தது. நான் வந்து கொண்டிருந்த போது திடீரென ஒரு பெரிய விரால் மீன் ஒன்று அருகில் உள்ள நீரோட்டத்தில் இருந்து ரோட்டில் துள்ளிக் குதித்தது. என்னால் அதனை நம்ப முடியவில்லை. விரால் மீன் எனக்கு பிடித்த, அடிக்கடி வாங்கும் ருசியான ஒன்றாகும். விரால் மீனை தண்ணீரில் தூண்டில் போட்டு பிடிப்பதே கஷ்டம். ஆனால் ரோட்டில் துள்ளிக்குதிக்கும்போது என் கண்களை என்னால் நம்ப

முடியவில்லை. என்ன செய்வது? ரோட்டில் நிறைய பேர் சென்று வருகின்றனர். யூனிபார்ம் உடன் நான் காரை விட்டு இறங்கி அந்த மீனை பிடிக்கமுடியுமா? மற்றவர்கள் குறிப்பாக அதே பாதையில் வரும் என் அலுவலக ஊழியர்கள் பார்த்தால் என்னைப் பற்றி கேவலமாக நினைத்தால்? என பல கேள்விகள் எழுந்தன.

மேலே கூறிய 500 ரூபாய் கதை கேட்டும் நாம் முயற்சி செய்யாமல் பின்னர் நினைத்து புலம்புவதில் அர்த்தமில்லை என்று நினைத்து உடனே காரியத்தில் இறங்கினேன். அந்த மீனை பிடிக்க முயற்சிக்கும் போது அது வழுக்கி, வழுக்கி இரு முறை என் பிடியிலிருந்து நழுவி காருக்கு அடியில் சென்றது. மூன்றாவது முறையாக காரிலிருந்து ஒரு பழைய துணியை எடுத்து அந்த மீனின் மேல் போட்டு அதனை வெற்றிகரமாக பிடித்து கார் டிக்கியில் போட்டு அலுவலகம் கொண்டுவந்தேன். அதனை எடுத்துச் சென்று சமைத்து கொண்டு வந்து நண்பர்களுடன் அதனை ருசித்து உண்டேன். எனவே ஒரு பிடித்த ஒன்று வேண்டுமெனில் உடனே காரியத்தில் இறங்க வேண்டும். இது போல் நான் நிறைய அதிர்ஷ்ட போட்டி சம்பந்தப்பட்ட விளம்பரத்தைக் கண்டால் பெரும்பாலும் முயற்சி செய்து கலந்து கொள்வேன். நியாயமான முறையில் முயற்சி செய்வதில் தவறில்லை என நினைத்து அதிக நம்பிக்கையுடன் எனக்கு பரிசு கண்டிப்பாக கிடைக்கும் என்று நினைத்தே போட்டிகளில் கலந்து கொள்வேன். அது போன்று பல்வேறு போட்டிகளில் பங்கு பெற்று கீழே குறிப்பிட்ட பெரிய பரிசுகளை வென்றுள்ளேன்.

1. Good day Biscuit போட்டி – இந்தோனேசியா – பாலி தீவிற்கு 4 பேர்-4 நாட்கள் இலவச சுற்றுலா

2. Kotak Credit Card போட்டி – தாய்லாந்து – புக்கெட் தீவிற்கு 2 பேர் – 3 நாட்கள் இலவச சுற்றுலா

3. மற்றொரு Exhibition – Apple I-Pad

4. Britania Biscuit போட்டி – Samsung TV

5. Indian Oil – Suggestion போட்டி – Rs.10,000 க்கான பெட்ரோல் வவுச்சர்

6. Toshiba Laptop போட்டி – 2 கிராம் தங்க காயின்

7. Accor Hotel போட்டி – 5000 ரூபாய் வவுச்சர்கள்

8.   Air India – Twitter போட்டி – 5000 ரூபாய் வவுச்சர்

மேலும் சிறிதாகவும் நிறைய போட்டிகளில் வென்று பரிசுகளை பெற்று இருக்கிறேன். எனவே எந்த ஒரு பொருள் வாங்கினாலும் நன்கு கவனித்து அதில் SMS போட்டி இருந்தால் நம்பிக்கையுடன் பங்குபெற்று வெற்றி பெறுவேன். நம்பினால் வெற்றி கிடைக்கும் வாய்ப்பு அதிகம்.

அமெரிக்காவில் ஒரு பல்கலைக்கழக மாணவர்களிடம் புகழ்பெற்ற ஹார்ட்வர்ட் பல்கலைக்கழகம் ஒரு சர்வே எடுத்தது. அதாவது அந்த மாணவர்களில் பிற்கால குறிக்கோள் மற்றும் அதனை எங்காவது எழுதி குறித்து வைத்துள்ளார்களா என்பது பற்றியது.அந்த சர்வேயின் முடிவில் 83 சதவீதம் பேர் குறிக்கோள் இல்லை எனவும் 14 சதவீதம் குறிக்கோள் உள்ளது ஆனால் எங்கும் எழுதி வைக்கவில்லை எனவும் வெறும் 3 சதவீதம் மாணவர்கள் மட்டுமே தங்கள் குறிக்கோளை டைரியில் எழுதி வைத்துள்ளதாகவும் கூறினார்.

பின்பு சுமார் 10 வருடங்களுக்கு பின் அதே மாணவர்களிடம் மறுபடி அவர்கள் சொத்து மதிப்புக் குறித்து தகவல்கள் சேகரிக்கப்பட்டதில் ஒரு ஆச்சரியமான உன்மை வெளிப்பட்டது .

அது என்னவென்றால் குறிக்கோள்களை எழுதி வைத்த 3 சதவீதம் மாணவர்களின் சொத்து மதிப்பு மற்ற 97% மாணவர்களின் சொத்துமதிப்பை விட அதிகமாக இருந்தது. என்ன ஒரு ஆச்சரியமான தகவல்.

எனவே அப்துல் கலாம் கூறியது போல் கனவு என்பது நமது தூக்கத்தில் வருவது அல்ல, அது நம்மை தூங்கவிடாமல் நாம் மனதில் தொடர்ந்து அந்த குறிக்கோளை அடைவதே ஆகும்.

எனவே நாம் நமது சேமிப்பு குறிக்கோள்களை உடனடியாக நோட்டில் / டைரியில் எழுதி வைத்து அதனை அடிக்கடி எடுத்து படித்து அதனை இரவு பகலாக நினைத்துக்கொன்டே இருந்தால் அது சம்பந்தமான முயற்சிகளில் இறங்கி வெற்றி பெற்று குறிக்கோளை நம்மால் நிச்சயம் அடைய முடியும்.

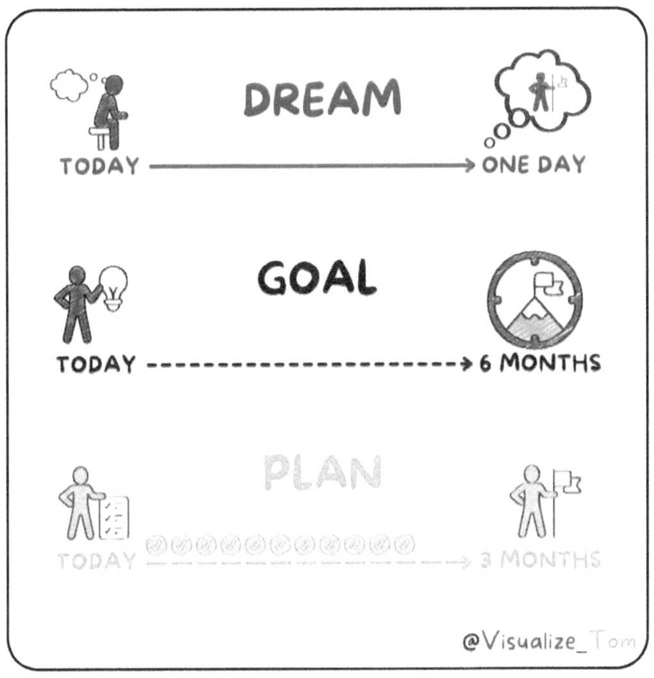

கடைசியாக

1. ஆசைப்படுவதோடு நின்றுவிடாமல் அதற்கான முயற்சிகளை இன்றே தொடங்கி தொடர வேண்டும்.

2. நிச்சயம் நம்மால் முடியும் என அடிக்கடி நினைத்து அது நடந்துவிடும் என நம்பினால் நம் குறிக்கோளை அடைய முடியும்.

3. கால தாமதம் இல்லாமல் இன்றே சேமிக்க துவங்கினால் முதலீடு நன்கு வளர வாய்ப்புள்ளது.

4. முதலீட்டில் பொறுமை மிகவும் அவசியம். உடனடியாக பணக்காரர் ஆவது கடினம். ஆனால் பெரும்பாலானோர் உடனே பணக்காரர் ஆக வேண்டும் என நினைக்கின்றனர்.

5. சுய முன்னேற்றம் மற்றும் சேமிப்பு சம்பந்தமான புத்தகங்களை வாங்கிப் படித்து அதன்படி செயல்பட முயற்சி செய்யுங்கள்.

6. வாய்ப்பு கிடைக்கும் போது மற்றவர்கள் ஏதாவது நினைப்பார்கள் என நினைத்து நழுவ விட வேண்டாம்.

7. பண சேமிப்பில் நியாயமான முறையில் எந்த வாய்ப்பையும் தவற விட வேண்டாம். தானாகவே எல்லாம் நடக்கும் என்று நினைத்து முயற்சி செய்யாமல் இருந்தால் எதுவுமே கிடைக்காது.

8. அனைவரும் உயில் அல்லது சேமிப்பு விவரங்களையும், கணக்கு விபரங்களையும், இன்சூரன்ஸ் பாலிசி விபரங்களையும் Mobile Password / Bank Account Password களையும் தெளிவாக நோட்டில் அல்லது டைரியில் எழுதி குடும்ப உறுப்பினருக்கு தெரியுமாறு வைக்க வேண்டும். அப்போதுதான் ஏதாவது அசம்பாவிதம் ஏற்பட்டாலும் சிரமமின்றி குடும்பம் இருக்கும்.

அனைவராலும் சம்பாதிக்கமுடியும், ஆனால் புத்திசாலிகளால் மட்டுமே சேமிக்க முடியும்.

நீங்கள் புத்திசாலி என்றால் இன்றே உங்கள் சேமிப்பை துவக்குங்கள். நம்பினால் வெற்றி கிடைக்கும்.

நன்றி வணக்கம்.